CHO NHỮNG NGÀY MẸ KHÔNG THỂ BƯỚC ĐI BÊN CON

MỘT TÌNH YÊU LẶNG LẼ, KHÔNG THỂ BẺ GÃY CỦA NGƯỜI MẸ – ĐƯỢC VIẾT CHO NHỮNG KHOẢNH KHẮC KHI SỰ DẪN DẮT, AN ỦI, VÀ HY VỌNG LÀ ĐIỀU CẦN THIẾT NHẤT.

Hong Bui

Cho Những Ngày Tôi Không Thể Đi Bên Cạnh Con

Tác giả: Hong Bui

Ấn bản đầu tiên.

Lời đề tặng

Dành cho các con của tôi: Amelia và Olivia – cho những ngày tôi không thể đi bên cạnh con, mong rằng những lời này sẽ bước đi cùng con thay tôi.

MỤC LỤC

TUYÊN BỐ MIỄN TRỪ TRÁCH NHIỆM

Cuốn sách này phản ánh trải nghiệm cá nhân và không phải là sự thay thế cho việc chăm sóc chuyên môn. Cuốn sách này là một tác phẩm suy ngẫm cá nhân được viết từ những trải nghiệm đã sống.

Những trải nghiệm được chia sẻ là của riêng tôi và không nhằm mục đích đưa ra lời khuyên y tế, pháp lý, hay chuyên môn. Cuốn sách này được trao gửi như tình yêu, sự dẫn dắt, và sự suy ngẫm – không phải là sự chỉ dẫn.

Mọi sự tương đồng với người hoặc sự kiện có thật đều là ngẫu nhiên.

GHI CHÚ CỦA TÁC GIẢ

Cuốn sách này được viết một cách chậm rãi, xen kẽ giữa cuộc sống – trong những khoảnh khắc kiệt sức, sáng suốt, sợ hãi, và tình yêu sâu sắc. Cuốn sách được viết cho các con của tôi, nhưng cũng dành cho bất kỳ ai đã từng cần được trấn an rằng họ không hề hỏng hóc, không hề đơn độc, và không hề thất bại chỉ vì cảm nhận sâu sắc.

Những trang sách này lưu giữ sự thật như tôi đã trải nghiệm, không phải như sự hoàn hảo. Nếu bạn nhìn thấy chính mình trong đó, tôi hy vọng bạn sẽ cảm thấy bớt cô đơn hơn. Nếu bạn đang đọc những dòng này vì một người bạn yêu thương, tôi hy vọng nó sẽ giúp bạn bước đi bên cạnh họ – ngay cả khi bạn không thể luôn luôn ở đó.

LỜI NÓI ĐẦU

Cuốn sách này được viết trong những khoảnh khắc tĩnh lặng – những khoảnh khắc không ai nhìn thấy. Những khoảnh khắc khi ngôi nhà cuối cùng cũng yên ắng, khi các con đã ngủ, và sức nặng của thế giới lắng xuống trên lồng ngực tôi. Nó được viết vào những ngày tôi mạnh mẽ, và vào những ngày tôi chỉ vừa đủ để giữ cho bản thân không tan vỡ.

Tôi viết điều này cho các con của tôi: Amelia và Olivia.

Cho những ngày tôi không thể đi bên cạnh con – không phải vì tôi không muốn, mà vì cuộc sống là điều không thể đoán trước, và tình yêu đôi khi phải đi xa hơn cả những bước chân. Tôi viết điều này để nếu có lúc tôi mệt mỏi, vắng mặt, bị hiểu lầm, hoặc không còn ở gần con về mặt thể chất, thì giọng nói của tôi vẫn sẽ tìm được đến con.

Cuốn sách này được tạo nên từ những bài học tôi đã học theo cách khó khăn nhất. Từ tình yêu đã ở lại, tình yêu đã rời đi, và tình yêu đã dạy tôi rằng trái tim của một người mẹ có thể giãn rộng đến mức nào mà không vỡ tan. Nó mang theo những sự thật tôi không biết cách diễn đạt thành lời, những lời xin lỗi tôi ước mình có thể quấn quanh con, và những lời nhắc nhở tôi hy vọng sẽ giữ con vững vàng khi cuộc sống trở nên khắc nghiệt.

Đã có những lúc tôi đứng một mình – không phải vì tôi không biết sợ, mà vì con cần tôi như vậy. Tôi đã học được sự bền bỉ qua kiệt sức, lòng can đảm qua thiên chức làm mẹ. Tôi muốn con biết rằng ngay cả trong những ngày khó khăn nhất của tôi, việc yêu thương con chưa bao giờ là gánh nặng. Con chính là lý do tôi tiếp tục bước đi khi tôi không biết phải làm thế nào.

Những trang sách này không phải là chỉ dẫn về cách sống một cuộc đời hoàn hảo. Chúng đơn giản chỉ là một bàn tay vươn ra, nói rằng: con không hề đơn độc. Chúng ở đây để nhắc con nhớ con là ai, con đến từ đâu, và con được yêu thương sâu sắc đến nhường nào – đặc biệt là vào những ngày khi thế giới dường như quá rộng lớn.

Nếu con từng nghi ngờ chính mình, hãy quay lại với những lời này.

Nếu con từng cảm thấy lạc lối, hãy để chúng ở bên con.

Nếu con từng cảm thấy không được nhìn thấy, hãy biết rằng chính tôi là người đã nhìn thấy con đầu tiên.

Và hãy luôn ghi nhớ điều này:

Ngay cả trong những ngày tôi không thể đi bên cạnh con, tình yêu của tôi sẽ bước đi phía trước con, phía sau con, và ở trong con – từng bước trên suốt chặng đường.

TRƯỚC KHI CON ĐẾN ĐÂY

Trước khi con đến đây, mẹ đã đang học cách sinh tồn. Mẹ muốn con biết điều đó, bởi vì một ngày nào đó con có thể nhìn lại và tự hỏi sức mạnh của mình đến từ đâu. Nó không xuất hiện vào ngày con chào đời – nó đã được tôi luyện từ trước đó rồi, một cách lặng lẽ, không hoàn hảo, trong những năm tháng trước khi có con. Trước khi được chẩn đoán, mẹ hiểu bản thân mình theo một cách cảm thấy không thể bị chạm tới. Mẹ thông minh. Mẹ có năng lực. Mẹ học tập chăm chỉ và tin vào những lựa chọn mình đã đưa ra, vào con đường mình đang đi, và vào con người mà mình đang trở thành. Mẹ cảm thấy sống động trong chính làn da của mình — xinh đẹp, tự tin, và tự hào về con người mình là. Khi ấy cuộc sống có một sự rõ ràng, những bước chân có sự chắc chắn, và có cảm giác rằng mẹ có thể đối diện với thế giới và để lại một dấu ấn.

Đó không phải là sự kiêu ngạo — mà là sự hiện diện. Mẹ tồn tại một cách trọn vẹn, không nghi ngờ hay xin lỗi. Và dù sau này sức khỏe tinh thần của mẹ sẽ thử thách mẹ theo những cách mẹ chưa từng có thể tưởng tượng, phiên bản của mẹ khi ấy vẫn còn tồn tại, lặng lẽ chờ đợi để nhắc nhở mẹ: mẹ có năng lực. Mẹ xứng đáng. Mẹ là một thể hoàn chỉnh.

Mẹ đã từng tự hào về chính mình. Mẹ đã làm việc chăm chỉ, học tập chăm chỉ, và giành được một học bổng để đến Việt Nam, quê hương của cha mẹ mẹ. Mẹ đang sống trong một giấc mơ, làm việc tại một bệnh viện nhi ở khoa ung bướu, được bao quanh bởi những sinh linh nhỏ bé, mong manh mà mẹ quyết tâm bảo vệ. Mẹ tin vào khả năng của mình, vào mục đích của mình, và vào cuộc sống mà mẹ đang xây dựng.

Và rồi điều đó xảy ra.

Mẹ đã chứng kiến một bé trai qua đời. Mẹ vẫn nhớ căn phòng ấy — đầy những y tá, bác sĩ, gia đình — tất cả mọi người đều di chuyển, nói chuyện, cố gắng, hy vọng. Nhưng không có gì bất kỳ ai có thể làm được. Trong khoảnh khắc đó, thế giới thu nhỏ lại chỉ còn một nhịp tim, chỉ còn sự mong manh của chính sự sống. Mẹ nghĩ về cha mẹ mình. Mẹ nghĩ về tương lai của mình. Và rồi, một ý nghĩ đáng sợ bất ngờ ập đến: nếu cha mẹ mẹ đã không đấu tranh cho tương lai của họ, nếu họ đã không kiên trì vượt qua nghịch cảnh, thì mẹ có thể đã ở vào vị trí của cậu bé nhỏ ấy.

Đó là ngày mẹ nhận ra sự sống quý giá theo một cách mà trước đó mẹ chưa bao giờ thực sự hiểu. Mỗi hơi thở, mỗi nhịp tim, mỗi khoảnh khắc thoáng qua đều quan trọng. Và đó cũng là ngày rối loạn lưỡng cực của mẹ bắt đầu bộc lộ — những cơn hưng cảm dâng cao, cường độ choáng ngợp, cách mà tâm trí mẹ vừa có thể bay vút vừa có thể vỡ vụn trong cùng một khoảnh khắc.

Từ ngày đó trở đi, mẹ hiểu một điều căn bản: sự sống không được bảo đảm. Con không thể xem nó là điều hiển nhiên. Mỗi mối liên kết, mỗi lựa chọn, mỗi hành động yêu thương — tất cả đều là những phép màu đơn giản vì chúng tồn tại. Và mỗi mất mát, mỗi nỗi sợ, mỗi cơn đau đều là bằng chứng cho thấy chúng ta có thể cảm nhận sâu sắc đến nhường nào.

Mẹ vẫn mang theo bài học đó. Trong các con, trong công việc của mẹ, trong cách mẹ sống. Cuộc sống mong manh. Cuộc sống thiêng liêng. Và chỉ riêng vì lý do đó thôi, nó phải được trân trọng, được tôn vinh, và không bao giờ, không bao giờ bị xem là điều hiển nhiên.

Trước khi con đến đây, mẹ sống với một tâm trí dường như ồn ào hơn cả thế giới xung quanh. Mẹ được chẩn đoán mắc rối loạn lưỡng cực, một từ ngữ ban đầu nghe giống như một bản án hơn là một lời giải thích. Có những ngày suy nghĩ của mẹ chạy nhanh hơn cả chính mẹ, đầy những kế hoạch, hy vọng và sự gấp gáp. Có những ngày khác, sức nặng của mọi thứ đè xuống nặng nề đến mức việc thở đã khó khăn, chứ đừng nói đến việc tin rằng cuộc sống có thể dịu dàng.

Có những khoảnh khắc trong cuộc đời mẹ khi tâm trí đưa mẹ đi rất xa, vượt ngoài rìa của thực tại. Trong những cơn hưng cảm, mẹ không chỉ cảm thấy vui vẻ hay tràn đầy năng lượng — mẹ cảm thấy mình được chọn. Mẹ tin rằng mình là một thiên thần được gửi xuống từ thiên đường, được đặt vào thế gian này để giúp cha mẹ, để chữa lành những gì đã vỡ, để gánh một trọng lượng mà không đứa trẻ hay người lớn nào được sinh ra để gánh một mình.

Khi ấy, điều đó cảm thấy thật đẹp. Thậm chí là thiêng liêng. Nó mang lại ý nghĩa cho nỗi đau mà khi đó mẹ chưa có ngôn ngữ để gọi tên. Nó giải thích vì sao mẹ cảm thấy có trách nhiệm đến vậy, nhạy cảm đến vậy trước đau khổ, và không thể nghỉ ngơi. Nó khoác lên sự kiệt sức một mục đích và biến sự quá tải thành định mệnh. Tâm trí mẹ đang cố bảo vệ mẹ bằng cách tạo ra ý nghĩa từ hỗn loạn theo cách duy nhất nó có thể.

Nhưng bệnh tâm thần có cách ngụy trang thành bản sắc. Nó nói bằng sự chắc chắn. Nó kể những câu chuyện nghe có vẻ tuyệt đối. Và khi con ở bên trong nó, con không chất vấn giọng nói đó — con trở thành nó.

Khi những cơn đó qua đi, điều còn lại là sự hoang mang và nỗi đau buồn. Không chỉ vì nỗi sợ mà chúng gây ra, mà còn vì những phần của bản thân mà mẹ đã nhầm lẫn như là bằng chứng của giá trị. Mẹ phải gỡ rối con người mình khỏi những gì căn bệnh đã nói rằng mẹ là. Mẹ phải học rằng mình không cần phải là thần thánh để xứng đáng được yêu thương, hay phải hữu dụng để xứng đáng được nghỉ ngơi, hay phải phi thường để biện minh cho sự tồn tại của mình.

Rối loạn lưỡng cực đã định hình mẹ, nhưng nó không định nghĩa mẹ. Nó dạy mẹ rằng ranh giới giữa ý nghĩa và điên loạn có thể mỏng manh đến nhường nào, giữa sự quan tâm và sự tự xóa bỏ bản thân. Nó dạy mẹ rằng lòng trắc ẩn có thể dễ dàng biến thành sự hy sinh bản thân ra sao, và rằng khao khát cứu giúp người khác có thể bắt nguồn sâu sắc từ mong muốn được an toàn cho chính mình.

Hôm nay, mẹ hiểu rằng mẹ chưa bao giờ là một thiên thần được gửi xuống để sửa chữa bất kỳ ai. Mẹ chỉ là một con người mang vác quá nhiều, cảm nhận quá sâu, yêu thương quá mãnh liệt mà không có sự bảo vệ của những ranh giới. Và sự nhận ra đó không làm mẹ nhỏ đi — nó giải phóng mẹ.

Điều còn lại không phải là ảo tưởng, mà là sự thật nằm bên dưới nó: mẹ là người giàu lòng thấu cảm. Mẹ nhạy cảm với nỗi đau. Mẹ muốn giúp đỡ. Mẹ muốn yêu thương. Những phẩm chất đó là thật, dù câu chuyện mà căn bệnh khoác lên chúng thì không.

Căn bệnh tâm thần của mẹ không làm mẹ trở nên hỏng hóc. Nó cho mẹ thấy nơi nào mẹ cần sự dịu dàng. Nó buộc mẹ phải đối diện với những phần trong mình đã tin rằng giá trị phải được đánh đổi bằng đau khổ. Và khi làm điều đó, nó đã tái định hình mẹ — không phải thành một điều gì đó thánh thiện hay được chọn lựa, mà thành một con người trung thực, nhân bản, và đang học hỏi.

Mẹ không phải lúc nào cũng hiểu chính mình. Mẹ không phải lúc nào cũng đưa ra những lựa chọn đúng. Mẹ yêu thương sâu sắc, tin tưởng quá dễ dàng, và ở lại quá lâu trong những nơi làm mẹ cạn kiệt. Mẹ từng nghĩ sức mạnh có nghĩa là chịu đựng mọi thứ trong im lặng. Mẹ từng nghĩ cần sự giúp đỡ là thất bại.

Mẹ đã sai.

Điều mà chẩn đoán đó thực sự dạy mẹ — chậm rãi, đau đớn — là sự nhận thức. Nó dạy mẹ rằng tâm trí là thứ mạnh mẽ, mong manh, và xứng đáng được chăm sóc. Nó dạy mẹ rằng sự ổn định không phải là yếu đuối, và nghỉ ngơi không phải là từ bỏ. Nó dạy mẹ rằng quá trình chữa lành không đi theo đường thẳng, và lòng can đảm thường trông giống như việc vượt qua một ngày bình thường.

Ngay cả trước khi mẹ hiểu được những tâm trạng hay những đấu tranh của mình, tình yêu thầm lặng của bà ngoại đã dạy mẹ cách giữ không gian cho người khác — một bài học mà mẹ mang theo vào hành trình làm mẹ ngày hôm nay.

Trước khi con đến đây, mẹ đã học được cảm giác đứng một mình. Không phải vì mẹ muốn, mà vì cuộc sống đôi khi không để lại cho con lựa chọn nào khác. Mẹ học cách tiếp tục bước đi khi tiền bạc eo hẹp, sự hỗ trợ mỏng manh, và tương lai thì bất định. Mẹ học cách nỗi cô đơn có thể ngồi cạnh con ngay cả trong một căn phòng đông người.

Và dẫu vậy — mẹ vẫn giữ trái tim mình rộng mở.

Mẹ muốn con biết điều này hơn hết thảy: không một khó khăn nào của mẹ tồn tại vì con sắp đến. Con chưa bao giờ là gánh nặng. Con chưa bao giờ là lý do khiến cuộc sống trở nên khó khăn. Con là lý do khiến nó trở nên có ý nghĩa.

Trước khi con đến đây, mẹ không biết một cơ thể con người có thể chứa đựng bao nhiêu yêu thương. Mẹ không biết rằng sự kiệt sức có thể song hành cùng sự tận tụy, hay rằng nỗi sợ có thể sống cạnh hy vọng mà không triệt tiêu nó. Mẹ không biết rằng thiên chức làm mẹ sẽ làm mẹ dịu lại mà không làm mẹ tan vỡ.

Con đến với một cuộc sống không hoàn hảo — nhưng là một cuộc sống thật. Con đến với một người mẹ đang học hỏi, chữa lành, và trưởng thành trong thời gian thực. Một người mẹ đã chọn tiếp tục bước đi, không phải vì không biết sợ, mà vì tình yêu đã yêu cầu điều đó.

Nếu một ngày nào đó con phải vật lộn với chính tâm trí mình, với cảm xúc của mình, với những mùa tối tăm của riêng mình, mẹ muốn con nhớ đến chương sách này. Hãy nhớ rằng trước khi con đến đây, mẹ đã là con người — khiếm khuyết, đầy cảm xúc, đang tìm kiếm — và điều đó không ngăn cản mẹ yêu con một cách trọn vẹn.

Nó đã chuẩn bị cho mẹ.

Bởi vì tình yêu không đòi hỏi sự hoàn hảo.

Nó đòi hỏi sự hiện diện.

Và ngay cả trước khi con đến đây, trái tim mẹ đã đang học cách xuất hiện.

NGÀY CON ĐÃ THAY ĐỔI TẤT CẢ

Mẹ sẽ không bao giờ quên ngày cuộc đời mẹ thay đổi hoàn toàn. Khoảnh khắc mẹ nhận ra mình đang mang trong mình một đứa trẻ, thế giới dường như xoay chuyển trên trục của nó. Niềm vui và nỗi sợ va chạm trong mẹ, mỗi nhịp đập của trái tim là một lời nhắc nhở rằng mọi điều mẹ từng biết sắp sửa biến đổi. Mẹ cảm nhận được sự chắc chắn mà mẹ từng có nơi chính mình — sự tự tin rằng mẹ có thể điều hướng cuộc sống — nhưng lần này, nó được tiết chế bởi một nhận thức sâu sắc, run rẩy: mẹ chịu trách nhiệm cho một sinh mệnh nhỏ hơn chính mình, mong manh và phụ thuộc.

Ngay cả giữa niềm háo hức, mẹ vẫn nhớ làn sóng lo âu cũ dâng lên — những bóng tối của rối loạn lưỡng cực thì thầm những câu hỏi mà mẹ chưa thể trả lời. Liệu mẹ có thể bảo vệ đứa trẻ này không? Liệu mẹ có thể yêu thương mãnh liệt như mẹ đã tự hứa không? Liệu mẹ có thể giữ vững bản thân đủ lâu để trở thành người mẹ mà mẹ mong muốn không?

Mẹ nghĩ về cha mẹ mình và bà ngoại, về những bài học mẹ mang theo từ họ, về tình yêu đã định hình nên mẹ. Mẹ muốn truyền điều đó tiếp nối. Mẹ muốn đứa trẻ này cảm nhận được tình yêu và sự che chở kiên định như mẹ đã từng có, ngay cả khi đi qua những cơn bão. Và trong khoảnh khắc ấy, mẹ đã thầm đưa ra những lời hứa sẽ mang theo suốt phần đời còn lại: ôm ấp, dạy dỗ, nuôi dưỡng, và không bao giờ xem nhẹ dù chỉ một khoảnh khắc.

Ngày con đến; thế giới không dừng lại — nhưng thế giới

của mẹ thì có.

Cuộc đời mẹ có một ranh giới trước và sau, và đường ranh ấy được vẽ chính xác tại khoảnh khắc con bước vào. Mẹ nhớ ngày hôm đó trông bình thường đến mức nào từ bên ngoài. Bầu trời vẫn vậy. Những giờ phút trôi qua như cũ. Mọi người tiếp tục cuộc sống của họ, không hề hay biết rằng cuộc đời mẹ đang được viết lại hoàn toàn.

Và rồi con ở đó.

Trong khoảnh khắc ấy, mọi điều mẹ từng nghĩ là quan trọng lặng lẽ sắp xếp lại. Nỗi sợ không biến mất — nhưng nó thu nhỏ lại. Nỗi đau không tan biến — nhưng nó trở nên có mục đích. Sự ồn ào trong tâm trí mẹ dịu xuống vừa đủ để một sự thật rõ ràng vươn lên trên tất cả:

Con quan trọng hơn bất cứ điều gì mẹ từng biết.

Mẹ đã dành quá nhiều năm của cuộc đời để học cách đối phó, cách chịu đựng, cách sống sót qua chính những suy nghĩ của mình và sức nặng của thế giới. Mẹ đã quen với sự bất ổn — trong hoàn cảnh, trong tình yêu, trong chính cảm xúc của mình. Mẹ tưởng rằng mình hiểu cường độ. Nhưng mẹ đã không.

Không có gì sánh được với cường độ của việc yêu thương một đứa trẻ.

Khi lần đầu tiên mẹ bế con trong tay, mẹ hiểu về trách nhiệm theo một cách mà chưa ai từng có thể giải thích. Không phải trách nhiệm bắt nguồn từ áp lực hay nỗi sợ — mà là trách nhiệm sinh ra từ sự tận hiến. Một sự hiểu biết thầm lặng, không thể đảo ngược rằng cuộc đời mẹ không còn chỉ thuộc về riêng mẹ nữa.

Mẹ đã trở thành một con người mới trong ngày hôm đó.

Không phải ngay lập tức hoàn hảo. Không phải đột nhiên được chữa lành. Nhưng được neo giữ.

Con không sửa chữa mẹ — đó chưa bao giờ là nhiệm vụ của con. Nhưng con cho sức mạnh của mẹ một hướng đi. Con cho quá trình chữa lành của mẹ một lý do. Con cho sự chịu đựng của mẹ một ý nghĩa.

Thiên chức làm mẹ không đến một cách dịu dàng. Nó đến một cách chân thật. Với sự kiệt sức và hoài nghi và những đêm dài tưởng chừng vô tận. Với những ngày cảm xúc của mẹ quá lớn so với cơ thể, và những suy nghĩ chạy nhanh hơn cả đôi tay mẹ có thể theo kịp. Đã có những khoảnh khắc mẹ tự nghi ngờ — những khoảnh khắc mẹ lo sợ mình không đủ tốt, không đủ ổn định, hay không đủ mạnh mẽ.

Nhưng tình yêu vẫn xuất hiện.

Nó xuất hiện khi mẹ học cách hoạt động với giấc ngủ chắp vá. Khi mẹ học cách vỗ về con ngay cả khi mẹ vẫn đang học cách vỗ về chính mình. Khi rối loạn lưỡng cực thì thầm những cực đoan vào tai mẹ và mẹ phải lựa chọn, hết lần này đến lần khác, sự vững vàng thay vì hỗn loạn — không chỉ cho mẹ, mà cho con.

Con dạy mẹ kỷ luật theo cách nhân bản nhất có thể. Không phải kỷ luật của hình phạt, mà là của sự chăm sóc. Uống thuốc. Xin giúp đỡ. Chậm lại. Tạo ra những thói quen. Bảo vệ sự bình yên. Chọn sự ổn định ngay cả khi một phần trong mẹ muốn chạy trốn, sửa chữa mọi thứ cùng lúc, hoặc biến mất trong sự quá tải.

Con không yêu cầu mẹ phải hoàn hảo. Con yêu cầu mẹ phải hiện diện.

Và mẹ đã cố gắng — mỗi ngày — đôi khi vụng về, đôi khi trong nước mắt, đôi khi đầy can đảm.

Con đã thay đổi cách mẹ nhìn cơ thể mình. Nó không còn chỉ là nơi chứa đựng nỗi đau và cảm xúc — mà là một mái nhà đã nuôi lớn con, nuôi dưỡng con, ôm ấp con. Con đã thay đổi cách mẹ hiểu về thời gian. Những ngày tháng được đo bằng những lần bú, những giấc ngủ, những cột mốc nhỏ bé, và những chiến thắng thầm lặng không ai vỗ tay.

Con đã thay đổi những ưu tiên của mẹ theo những cách mẹ không ngờ tới. Mẹ ngừng chạy theo những điều trông có vẻ ấn tượng và bắt đầu chọn những gì mang lại cảm giác an toàn. Mẹ ngừng đo lường thành công bằng sự công nhận và bắt đầu đo bằng sự bình yên. Mẹ học rằng một mái nhà yên ổn quan trọng hơn vẻ bề ngoài, và tình yêu quan trọng hơn mọi lời giải thích.

Và rồi, khi cuộc sống đòi hỏi ở mẹ nhiều hơn — khi mẹ phải tiếp tục bước đi qua tan vỡ, chia ly, áp lực tài chính, và thực tế của việc nuôi dạy con cái mà không có sự hỗ trợ như mẹ từng hình dung — chính con vẫn là điểm neo giữ mẹ.

Sau đó, khi em của con đến, trái tim mẹ không chia đôi. Nó mở rộng ra.

Mẹ không biết làm sao tình yêu có thể giãn ra đến vậy — làm sao mẹ có thể ôm trọn hai linh hồn với cùng một sự tận hiến mãnh liệt — nhưng bằng cách nào đó, nó đã làm được. Cả hai con đã dạy mẹ rằng tình yêu không phải là hữu hạn. Rằng ngay cả trong kiệt sức, ngay cả trong nỗi sợ, ngay cả trong những khoảnh khắc cô đơn sâu thẳm, trái tim vẫn tìm được chỗ.

Con đã thay đổi tất cả — không phải bằng cách làm cuộc sống dễ dàng hơn, mà bằng cách làm nó chân thật hơn.

Mẹ trở nên trung thực hơn với chính mình vì con. Bảo vệ năng lượng của mình nhiều hơn. Ít chấp nhận tổn hại được ngụy trang thành tình yêu hơn. Mẹ học rằng rời đi cũng có thể là một hành động chăm sóc. Rằng chọn sự bình yên không phải là ích kỷ khi có những đôi mắt nhỏ bé đang dõi theo.

Nếu một ngày nào đó con tự hỏi liệu con có quan trọng hay không — liệu sự hiện diện của con có thay đổi điều gì không — hãy để chương này trả lời con một cách rõ ràng:

Con đã thay đổi cách mẹ sống. Con đã thay đổi cách mẹ yêu. Con đã thay đổi cách mẹ tồn tại.

Con biến sự chịu đựng thành mục đích. Con biến nỗi đau thành sự bảo vệ. Con biến nỗi sợ thành tình yêu mãnh liệt.

Ngày con đến, mọi điều mẹ từng nghĩ mình biết về bản thân đều dịch chuyển. Và ở chỗ trống đó, một điều gì đó mạnh mẽ hơn đã lớn lên.

Một người mẹ. Có gốc rễ. Không hoàn hảo. Tận hiến không lay chuyển.

Đó là điều con đã thay đổi. Đó là điều con đã trao cho mẹ. Đó là điều sẽ luôn còn mãi.

TÌNH YÊU KHÔNG RỜI BỎ

Có rất nhiều kiểu yêu thương mà con sẽ gặp trong cuộc đời mình.

Có những tình yêu đến ồn ào và rời đi cũng đột ngột như vậy.

Có những tình yêu hứa hẹn mãi mãi nhưng lại chật vật với sự nhất quán.

Có những tình yêu chỉ yêu con khi mọi thứ dễ dàng, thuận tiện, hoặc được ngưỡng mộ.

Chương này nói về kiểu tình yêu ở lại.

Tình yêu không rời bỏ không kịch tính. Nó không đòi hỏi bằng chứng. Nó không biến mất khi mọi thứ trở nên khó khăn, rối rắm, hay không thoải mái. Nó không trừng phạt con vì có nhu cầu, cảm xúc, hay ranh giới. Tình yêu không phải lúc nào cũng ồn ào. Đôi khi nó lặng lẽ, vững vàng, và vô hình đối với bất kỳ ai không chú ý. Đó là cái ôm kéo dài lâu hơn mong đợi, là bàn tay dẫn dắt không cần lời nói, là ánh mắt gặp ánh mắt con và nói rằng: mẹ thấy con, và mẹ ở đây.

Mẹ học được điều này đầu tiên từ bà ngoại. Mẹ nhớ đêm mẹ khóc qua nỗi tan vỡ đầu tiên của mình. Lồng ngực mẹ đau nhói, tâm trí quay cuồng, và mẹ cảm thấy như thể thế giới sẽ không bao giờ còn có thể hiểu được nữa. Bà ôm mẹ thật chặt và thì thầm: "Khi con ngã, con đứng dậy." Đơn giản thôi, nhưng nó mang một sức nặng mà không lời nào có thể giải thích trọn vẹn. Trong vòng tay ấy, mẹ cảm nhận được tình yêu không chỉ là sự an ủi, mà còn là lòng can đảm. Bà dạy mẹ rằng tình yêu không chỉ là được ôm giữ; nó là học cách đứng dậy khi cuộc sống quật ngã con.

Cha mẹ mẹ cũng dạy mẹ điều tương tự, dù theo những cách lặng lẽ hơn. Tình yêu của họ được dệt vào từng sự hy sinh, từng cuộc trò chuyện đêm khuya, từng lời nhắc rằng mẹ có thể dựa vào họ ngay cả khi cuộc sống trở nên quá sức. Mẹ nhớ những lúc vật lộn với rối loạn lưỡng cực của mình — những cơn hưng cảm khiến thế giới trở nên quá chói sáng, những giai đoạn trầm uất nặng nề khiến mỗi bước đi đều tưởng như không thể — và cảm nhận sự hiện diện vững vàng của họ như một sợi dây neo giữ mẹ với thực tại. Họ mang thức ăn đến cho mẹ mỗi ngày khi mẹ ở trong bệnh viện. Mẹ biết họ chưa bao giờ quên mẹ. Mẹ biết mẹ không hề đơn độc, ngay cả khi tâm trí mẹ nói với mẹ điều ngược lại.

Bạn bè cũng cho mẹ thấy tình yêu không rời bỏ. Những con người hiếm hoi đã ở lại bên mẹ trong những khoảnh khắc đen tối nhất — những người ngồi cạnh mẹ trong im lặng, cười cùng mẹ khi mẹ có thể, hoặc đơn giản chỉ nhắn một tin rằng *tôi ở đây* — đã dạy mẹ rằng tình yêu cũng là việc lựa chọn ở lại, ngay cả khi điều đó bất tiện hay không thoải mái. Sự trung thành và kiên nhẫn của họ là những sợi dây cứu sinh, là bằng chứng rằng sự gắn kết có thể tồn tại qua những cơn bão của bệnh tâm thần, hoài nghi, và sợ hãi.

Mẹ đã mang những bài học này vào chính hành trình làm mẹ của mình. Lần đầu tiên mẹ bế con gái lớn trong tay, mẹ hiểu thế nào là yêu thương không giới hạn. Nó mãnh liệt, che chở, không lay chuyển. Chính tình yêu ấy đã bao bọc mẹ khi cuộc sống của mẹ tưởng như có thể sụp đổ — qua những đấu tranh về sức khỏe tinh thần, sự bất định, và cô đơn. Tình yêu trở thành mỏ neo của mẹ, và nó nhắc mẹ rằng ngay cả khi con người làm mẹ thất vọng, ngay cả khi cuộc sống đổi thay, một số mối gắn kết là không thể phá vỡ.

Mẹ đã học cách nhận ra tình yêu trong những nơi lặng lẽ:

lời nói dịu dàng, bàn tay kiên nhẫn, sự hiện diện bền bỉ. Và mẹ hy vọng các con cũng cảm nhận được điều này — rằng tình yêu không rời bỏ, ngay cả khi nó không thể nhìn thấy, và ngay cả khi nó bị thử thách bởi những cơn bão của cuộc đời.

Tình yêu không rời bỏ là sự vững vàng.

Mẹ không phải lúc nào cũng biết điều này. Trong một thời gian dài, mẹ đã nhầm lẫn cường độ với sự tận hiến. Mẹ tin rằng khao khát đồng nghĩa với chiều sâu, rằng hy sinh đồng nghĩa với trung thành, và rằng chịu đựng đau đớn là cái giá của sự gắn kết. Mẹ nghĩ rằng nếu mẹ yêu nhiều hơn, cho đi nhiều hơn, chờ đợi lâu hơn, thì cuối cùng mọi thứ sẽ cảm thấy an toàn.

Chúng đã không như vậy.

Điều mẹ học được — chậm rãi, đôi khi đau đớn — là tình yêu khiến con lo âu, nhỏ bé, hay sợ hãi khi là chính mình thì không phải là tình yêu ở lại. Nó đến rồi đi. Nó rút lui khi bị thử thách. Nó yêu cầu con uốn cong cho đến khi con không còn nhận ra hình dạng của chính mình.

Tình yêu không rời bỏ thì ngược lại.

Nó cho phép con thở.

Nó xuất hiện không chỉ trong lời nói, mà trong những hành động được lặp lại theo thời gian. Nó vẫn hiện diện trong bệnh tật, kiệt sức, căng thẳng tài chính, những cơn bão cảm xúc, và cả sự im lặng. Nó không biến mất khi con đang vật lộn với tâm trí, cơ thể, hay hoàn cảnh của mình.

Khi mẹ trở thành mẹ của con, cuối cùng mẹ đã hiểu kiểu tình yêu này trong hình thức thuần khiết nhất của nó.

Con không phải kiếm được nó.

Con không phải trình diễn để có được nó.

Con không phải bình tĩnh, hạnh phúc, hay dễ dàng để xứng đáng với nó.

Con khóc, và mẹ ở lại.

Con vật lộn, và mẹ ở lại.

Con lớn lên, thay đổi, thử thách ranh giới, và mẹ ở lại.

Đó là tình yêu không rời bỏ.

Và mẹ muốn con biết một điều quan trọng: kiểu tình yêu này không hiếm vì nó là điều không thể — nó hiếm vì nó đòi hỏi lòng can đảm. Nó đòi hỏi sự kiên nhẫn. Nó đòi hỏi việc lựa chọn sự cam kết thay vì sự thoải mái, hết lần này đến lần khác.

Con xứng đáng với kiểu tình yêu này trong mọi mối quan hệ mà con cho phép đến gần mình.

Từ những người bạn trả lời khi con gọi, chứ không chỉ khi điều đó thuận tiện cho họ.

Từ những người bạn đời không quay lưng lại khi cuộc sống trở nên bất tiện.

Từ những con người không khiến con cảm thấy giá trị của mình phụ thuộc vào sự hữu dụng hay sự im lặng.

Và từ chính con.

Đặc biệt là từ chính con.

Sẽ có những lúc con làm chính mình thất vọng. Khi con vật lộn. Khi cảm xúc của con trở nên quá tải hoặc con đường của con trở nên mờ mịt. Tình yêu không rời bỏ có nghĩa là con không bỏ rơi chính mình trong những khoảnh khắc đó. Con không nói với bản thân bằng sự tàn nhẫn. Con không biến mất khỏi chính cuộc đời mình.

Con ở lại.

Con nghỉ ngơi.

Con xin giúp đỡ.

Con bắt đầu lại.

Nếu con từng thấy mình đang chạy theo tình yêu, van nài sự trấn an, hay thu nhỏ lại để giữ ai đó ở gần, hãy dừng lại. Tình yêu không rời bỏ không bao giờ yêu cầu con phải cầu xin sự hiện diện của nó.

Và nếu một ngày nào đó mẹ không còn ở bên cạnh con về mặt thể chất — nếu cuộc sống đặt khoảng cách, thời gian, hay sự im lặng giữa chúng ta — hãy để chương này nhắc con nhớ một sự thật không thể lay chuyển:

Tình yêu của mẹ không rời bỏ.

Nó không rời bỏ khi con mắc sai lầm.

Nó không rời bỏ khi con đã trưởng thành và độc lập.

Nó không rời bỏ khi con bất đồng với mẹ, lựa chọn khác đi, hay bước trên con đường của riêng mình.

Nó không mong manh.

Nó không có điều kiện.

Nó không tạm thời.

Nó có gốc rễ.

Tình yêu không rời bỏ là sức mạnh lặng lẽ.

Là bàn tay vẫn luôn vững vàng.

Là giọng nói nói rằng: “Mẹ ở đây,” và thực sự có nghĩa như vậy.

Đó là tình yêu mẹ dành cho con.

Đó là tình yêu mẹ muốn con mong đợi.

Đó là tình yêu con xứng đáng có — luôn luôn.

KHI CUỘC SỐNG TRỞ NÊN NẶNG NỀ

Sẽ có những ngày cuộc sống cảm thấy nặng nề hơn mức nó đáng ra phải thế.

Những ngày mà việc rời khỏi giường đòi hỏi nhiều can đảm hơn bất kỳ ai có thể nhìn thấy. Những ngày mà lồng ngực con cảm thấy thắt lại, những suy nghĩ trở nên ồn ào, và thế giới dường như tiếp tục tiến về phía trước mà không nhận ra con phải nỗ lực đến nhường nào chỉ để theo kịp.

Vào những ngày đó, mẹ muốn con dừng lại ở đây.

Cuộc sống không phải lúc nào cũng dịu dàng. Nó chất trách nhiệm lên những bờ vai mệt mỏi. Nó đặt ra câu hỏi trước khi con kịp lấy lại hơi thở. Nó mong đợi sự kiên cường mà không phải lúc nào cũng trao cho con sự hỗ trợ. Và đôi khi, sức nặng không đến từ một điều lớn lao, mà từ rất nhiều điều nhỏ bé lặng lẽ chồng chất lên nhau.

Khi cuộc sống trở nên nặng nề, điều đó không có nghĩa là con yếu đuối.

Điều đó có nghĩa là con là con người.

Mẹ đã biết những mùa nặng nề. Những mùa mà mẹ mang theo nỗi lo như một làn da thứ hai. Những mùa mà tiền bạc eo hẹp, sự hỗ trợ hạn chế, và những quyết định dường như không bao giờ dứt. Những mùa mà tâm trí mẹ quay lưng lại với mẹ, khuếch đại nỗi sợ, sự gấp gáp, hay kiệt sức. Có những ngày mẹ mỉm cười vì con trong khi bên trong mình mong manh, những ngày mẹ tiếp tục bước đi bởi vì dừng lại không phải là một lựa chọn.

Nếu con từng thấy mình ở đó — mệt mỏi, quá tải, không chắc chắn — mẹ muốn con biết điều này: con không thất bại chỉ vì con đang vật lộn.

Vật lộn không phải là đối lập của sức mạnh.

Nó là bằng chứng cho thấy con vẫn đang cố gắng.

Khi cuộc sống trở nên nặng nề, đừng đòi hỏi sự xuất sắc từ chính mình. Đừng đo giá trị của con bằng năng suất hay so sánh nhịp độ của con với bất kỳ ai khác. Có những ngày, sống sót chính là thành tựu. Có những ngày, nghỉ ngơi là điều can đảm nhất con có thể làm.

Những ngày nặng nề đòi hỏi những bước đi nhỏ hơn.

Uống nước.

Ăn thứ gì đó ấm nóng.

Ngồi xuống khi con cần.

Hãy để ngôi nhà bừa bộn.

Hãy để câu trả lời đến sau.

Con không cần phải giải quyết toàn bộ cuộc đời mình trong một khoảnh khắc kiệt sức.

Đã có những lúc mẹ ước có ai đó nói với mẹ điều này — rằng chậm lại không phải là từ bỏ, và xin giúp đỡ không phải là gánh nặng. Rằng con được phép dựa vào người khác, ngay cả khi con đã quen với việc tự mình giữ mọi thứ lại với nhau.

Nếu cảm xúc của con cảm thấy quá lớn, hãy để chúng lớn. Nước mắt không phải là tình trạng khẩn cấp. Nỗi buồn không có nghĩa là có điều gì đó bị hỏng. Ngay cả cơn giận cũng có thể là một tín hiệu đang xin được chăm sóc, chứ không phải bị phán xét.

Và nếu tâm trí con từng quay lưng lại với con — nếu nó nói rằng con đang cô đơn, tụt lại phía sau, hay không đủ tốt — hãy nhớ rằng suy nghĩ không phải lúc nào cũng là sự thật. Chúng giống như thời tiết. Chúng sẽ trôi qua. Con vẫn ở đây, bên dưới chúng.

Khi cuộc sống trở nên nặng nề, hãy quay về với những điều neo giữ con.

Hơi thở của con.

Cơ thể của con.

Những người yêu thương con.

Sự hiểu biết lặng lẽ rằng khoảnh khắc này, dù khó khăn đến đâu, cũng không phải là vĩnh viễn.

Mẹ muốn con biết rằng mẹ chưa bao giờ mong con mang vác mọi thứ một cách duyên dáng. Mẹ hy vọng con mang vác chúng bằng sự chân thật. Bằng lòng trắc ẩn với chính mình. Bằng sự thấu hiểu rằng ngay cả những người mạnh mẽ nhất cũng cần được nghỉ ngơi. Mẹ nhớ bà ngoại từng nói với mẹ rằng những cơn bão rồi sẽ qua, rằng ngay cả những đám mây nặng nề nhất cũng không thể che giấu mặt trời mãi mãi. Lời nói của bà là sợi dây cứu sinh khi thế giới trở nên không thể chịu đựng.

Nếu con từng cảm thấy xấu hổ vì mình đang vật lộn, hãy để chương này chạm đến con bằng sự dịu dàng. Mẹ đã ở đó. Mẹ đã đi qua những ngày được giữ lại với nhau chỉ bằng nỗ lực và tình yêu.

Và mẹ tự hào về chính mình vì đã sống sót qua chúng.

Cũng như mẹ sẽ luôn tự hào về con.

Khi cuộc sống trở nên nặng nề, đừng biến mất khỏi chính mình. Hãy ở lại. Hãy thở. Hãy mềm lại ở những nơi con có thể. Hãy xin giúp đỡ mà không cần xin lỗi. Hãy tin rằng những ngày nhẹ nhàng hơn vẫn tồn tại, ngay cả khi con chưa thể cảm nhận được chúng.

Con không được sinh ra để mang vác mọi thứ một mình.

Và dù cuộc sống có nặng nề đến đâu — con vẫn đang được yêu thương sâu sắc, không thể đo đếm.

ĐỨNG MỘT MÌNH KHÔNG CÓ NGHĨA LÀ TRỐNG RỖNG

Sẽ có những thời điểm trong cuộc đời con khi con cảm thấy như mình đang đứng một mình.

Không phải theo cách kịch tính mà người ta thường hình dung — mà theo cách lặng lẽ, đau nhói. Cái cách mà cuối ngày không có ai để gọi. Cái cách mà gia đình trở nên xa cách, không sẵn sàng, hoặc vắng mặt theo những cách quan trọng nhất. Cái cách mà tình bạn thì ít ỏi, mong manh, hoặc đơn giản là không có mặt khi con cần nhất.

Mẹ muốn nói với con điều này, điều mà mẹ đã học được theo cách khó khăn:

Ở một mình không đồng nghĩa với việc không được yêu thương.

Đã có những giai đoạn trong cuộc đời mẹ khi mẹ gần như không có sự hỗ trợ nào. Không có tấm lưới an toàn để ngã vào. Không có một "ngôi làng" nào bước vào khi mẹ kiệt sức. Gia đình, vì nhiều lý do, không phải là nguồn an ủi hay đáng tin cậy. Và bạn bè — những người ở lại, hỏi han, thực sự nhìn thấy mẹ — thì rất hiếm.

Thật cô đơn.

Có một kiểu cô đơn rất đặc biệt xuất phát từ việc nhận ra rằng người ta mong đợi con phải tự mình gánh vác mọi thứ. Phải mạnh mẽ mà không có nhân chứng. Phải xoay xở mà không có sự trấn an. Phải tiếp tục bước đi mà không có lời động viên. Kiểu cô đơn đó không phải lúc nào cũng hiện ra bằng nước mắt — đôi khi nó hiện ra bằng sự im lặng, sự thành thạo, và việc vẫn hoàn thành mọi thứ như thường.

Mẹ đã thường xuyên đứng một mình.

Không phải vì mẹ chọn sự độc lập,

mà vì mẹ không có lựa chọn nào khác.

Và vậy mà — mẹ không hề trống rỗng.

Mẹ đầy ắp yêu thương.

Đầy trách nhiệm.

Đầy quyết tâm thầm lặng.

Đầy một trái tim từ chối trở nên chai sạn, ngay cả khi việc khép nó lại sẽ dễ dàng hơn.

Đứng một mình dạy mẹ một điều quan trọng: sức mạnh không phải là thứ vay mượn — nó được xây dựng. Nó lớn lên trong những khoảnh khắc con xuất hiện vì chính mình bởi vì không có ai khác ở đó để làm điều đó. Nó lớn lên khi con đưa ra quyết định mà không có sự công nhận. Khi con tự an ủi mình. Khi con giữ lời hứa với chính mình bởi vì con là người duy nhất đang lắng nghe.

Đã có những ngày mẹ ước có nhiều sự giúp đỡ hơn, nhiều sự quan tâm hơn, nhiều người để dựa vào hơn. Những ngày mẹ nhìn người khác được bao quanh bởi gia đình, sự hỗ trợ, và cộng đồng rồi tự hỏi vì sao cuộc sống của mình lại khác đến vậy. Những ngày mẹ cảm thấy nỗ lực của mình trở nên vô hình.

Nếu con từng cảm thấy như thế, hãy biết điều này: sự so sánh sẽ nói dối con. Con không thể nhìn thấy toàn bộ sự thật trong cuộc đời của bất kỳ ai khác. Và giá trị của con không được đo bằng số người đứng quanh con — nó được đo bằng mức độ chính trực mà con mang trong mình.

Đã có những thời điểm trong cuộc đời mẹ khi mẹ cảm thấy hoàn toàn đơn độc. Không chỉ về mặt thể chất, mà còn về mặt cảm xúc — kiểu cô đơn len lỏi khi con nhận ra rằng những người lẽ ra phải ở đó thì lại vắng mặt, hoặc rằng những đấu tranh của con là vô hình đối với những người xung quanh. Gia đình mẹ không phải lúc nào cũng có thể hỗ trợ, bạn bè thì ít ỏi, và thế giới thường tỏ ra thờ ơ trước nỗi đau của mẹ.

Thế nhưng, đứng một mình không có nghĩa là trống rỗng. Mẹ đã học rằng mẹ có thể lấp đầy không gian của chính mình bằng yêu thương, can đảm, và mục đích. Mẹ có thể đủ đầy cho chính mình và, quan trọng hơn, cho các con của mẹ. Khi thế giới không nhận ra, mẹ đã nhận ra. Khi không ai ăn mừng những chiến thắng nhỏ bé, mẹ tự ăn mừng chúng cho mình. Khi không có người cổ vũ, mẹ trở thành người cổ vũ cho chính mình.

Làm mẹ đơn thân khuếch đại sự cô độc, nhưng nó cũng cho mẹ thấy sức mạnh của chính mình. Mỗi đêm thiếu ngủ, mỗi khoảnh khắc lo lắng về sức khỏe hay hạnh phúc của các con, mỗi lần mẹ cân bằng sức khỏe tinh thần của mình với nhu cầu của gia đình — tất cả đều là bằng chứng rằng mẹ có thể chịu đựng nhiều hơn những gì mẹ từng nghĩ là có thể. Mẹ bắt đầu hiểu rằng những người rời bỏ ta hoặc không thể hỗ trợ ta không định nghĩa giá trị của ta. Ta định nghĩa nó bằng sự can đảm, tình yêu, và sự bền bỉ mà ta mang trong mình.

Mẹ tìm thấy những người đồng hành ở những nơi không ngờ tới. Những bài học của bà ngoại, những hành động chăm sóc lặng lẽ của cha mẹ mẹ, và thậm chí cả những khoảnh khắc thoáng qua với bạn bè đã nhắc mẹ rằng tình yêu không phải lúc nào cũng thường trực, nhưng luôn luôn có thể. Mẹ khám phá ra rằng sự kiên cường phát triển mạnh mẽ nhất trong cô độc, và rằng sức mạnh nội tâm trở thành mỏ neo khi thế giới xung quanh con không đáng tin cậy.

Đứng một mình cũng dạy mẹ biết trân trọng chính mình. Mẹ học cách lắng nghe nhu cầu của mình, tin vào bản năng của mình, và tạo dựng một cuộc sống phản chiếu các giá trị và mong muốn của mẹ, thay vì phụ thuộc vào sự chấp thuận hay công nhận từ người khác. Trong sự tĩnh lặng của cô độc, mẹ tìm thấy sự rõ ràng, lòng tự trọng, và sự thật không thể lay chuyển rằng mẹ là đủ.

Cuộc sống có thể không luôn trao cho ta những con người mà ta hy vọng, nhưng nó trao cho ta chính bản thân mình — và đôi khi, điều đó là tất cả những gì ta thực sự cần. Đứng một mình không làm ta trống rỗng. Nó làm ta trở nên trọn vẹn theo những cách không bao giờ có thể bị lấy đi.

Đứng một mình dạy mẹ về ranh giới. Nó dạy mẹ sự phân định. Nó dạy mẹ rằng không phải ai chia sẻ cùng huyết thống hay lịch sử cũng sẽ chia sẻ trách nhiệm hay sự quan tâm. Và điều đó thật đau đớn — nhưng không đáng xấu hổ.

Điều đáng xấu hổ là ở lại nơi con bị tổn thương chỉ để tránh việc phải ở một mình.

Mẹ đã học rằng cô độc đôi khi an toàn hơn hỗn loạn. Rằng bình yên đôi khi yên lặng hơn cô đơn, nhưng lại tử tế hơn rất nhiều. Rằng một cuộc sống nhỏ bé, vững vàng có thể nuôi dưỡng hơn một cuộc sống ồn ào đầy những con người không đáng tin cậy.

Khi con đứng một mình, con học cách nghe chính mình rõ ràng hơn. Con học điều mình thực sự cần, chứ không phải điều người khác mong đợi. Con học cách tin vào bản năng của mình. Con học cách ngồi lại với sự khó chịu mà không bỏ rơi chính mình.

Và một điều khác cũng xảy ra, chậm rãi và lặng lẽ:

Con trở nên vững chắc.

Con ngừng chạy theo sự chấp thuận.

Con ngừng giải thích bản thân với những người từ chối thấu hiểu.

Con ngừng chấp nhận những mẩu vụn chỉ để cảm thấy mình được bao gồm.

Con nhận ra rằng sự trống rỗng không đến từ việc ở một mình — nó đến từ việc phản bội chính mình để giữ bạn đồng hành.

Ngay cả trong những mùa cô đơn nhất, mẹ vẫn không trống rỗng bởi vì mẹ mang theo mục đích. Mẹ mang theo các con. Mẹ mang theo những giá trị. Mẹ mang theo một tình yêu chủ động, che chở, và sống động.

Và khi thế giới của con cảm thấy nhỏ bé — khi gia đình trở nên xa cách và bạn bè trở nên ít ỏi — hãy nhớ điều này:

Con vẫn được phép chiếm một không gian.

Con vẫn được phép nghỉ ngơi.

Con vẫn được phép mong muốn sự kết nối mà không phải chấp nhận tổn hại.

Đứng một mình không phải là thất bại. Đó là một giai đoạn. Một sự củng cố. Một sự hiệu chỉnh lại.

Nó sẽ không luôn như vậy.

Cuộc sống có cách mang đến những con người phù hợp — chậm rãi, lặng lẽ, bất ngờ — một khi con ngừng chịu đựng những người không phù hợp. Nhưng ngay cả trước khi điều đó xảy ra, ngay cả khi cần thời gian, con đã là trọn vẹn rồi.

Nếu một ngày nào đó con thấy mình đang đứng một mình, đừng vội lấp đầy khoảng trống đó. Hãy để nó dạy con con là ai. Hãy để nó tinh luyện con. Hãy để nó nhắc con rằng con có năng lực, xứng đáng, và hoàn chỉnh — ngay cả khi không có tiếng vỗ tay.

Và hãy luôn biết điều này:

Con đến từ một người đã từng đứng một mình

và không biến mất.

Người có rất ít sự hỗ trợ

nhưng vẫn xây dựng được một cuộc sống.

Người có rất ít bàn tay để nắm giữ

nhưng vẫn bám trụ.

Đứng một mình không có nghĩa là trống rỗng.

Nó có nghĩa là con đang đứng —

và điều đó quan trọng hơn con tưởng rất nhiều.

NHỮNG ĐIỀU MẸ ƯỚC GÌ CÓ NGƯỜI ĐÃ NÓI VỚI MẸ

Có rất nhiều điều mẹ ước gì đã có người nói với mẹ sớm hơn — không phải như những lời khuyên được hét vọng qua một căn phòng, mà là những sự thật được nói ra một cách dịu dàng, đúng lúc, khi mẹ mệt mỏi và đang cố gắng hết sức. Bà ngoại của mẹ chưa bao giờ nói rằng cuộc sống sẽ dễ dàng, nhưng bà đã cho mẹ thấy rằng tình yêu, sự kiên nhẫn, và sự kiên cường quan trọng hơn sự hoàn hảo rất nhiều.

Mẹ ước gì có người đã nói với mẹ rằng con không nhất thiết phải học mọi thứ theo cách khó khăn nhất, dù đôi khi con sẽ phải như vậy. Rằng việc vật lộn không có nghĩa là con đang sống sai cách. Thường thì nó có nghĩa là con đang sống một cách chân thật.

Mẹ ước gì có người đã nói với mẹ rằng cảm xúc của con không phải là một khiếm khuyết. Cảm nhận sâu sắc không khiến con trở nên kịch tính, bất ổn, hay "quá mức". Nó có nghĩa là thế giới nội tâm của con đang sống động. Mục tiêu không phải là làm im lặng cảm xúc — mà là hiểu chúng, chăm sóc chúng, và không để chúng cầm lái khi chúng đã kiệt sức hoặc quá tải.

Mẹ ước gì có người đã nói với mẹ rằng việc có một chẩn đoán không định nghĩa giới hạn của cuộc đời con. Sống cùng rối loạn lưỡng cực dạy mẹ rằng sự ổn định là thứ con xây dựng, chứ không phải thứ được trao sẵn. Rằng sự tự nhận thức là sức mạnh. Rằng việc xin sự hỗ trợ, cấu trúc, và nghỉ ngơi là sự khôn ngoan — không phải là yếu đuối. Và rằng việc quản lý sức khỏe tinh thần của con là một hành động trách nhiệm, chứ không phải điều đáng xấu hổ.

Mẹ ước gì có người đã nói với mẹ rằng con được phép thay đổi suy nghĩ của mình. Về con người. Về ước mơ. Về cuộc sống mà con từng nghĩ mình muốn. Sự trưởng thành thường trông giống như sự thất vọng lúc ban đầu — thất vọng về những gì không còn phù hợp nữa.

Mẹ ước gì có người đã nói với mẹ rằng tình yêu không nên mang lại cảm giác lo âu liên tục. Rằng nếu con luôn sợ bị bỏ rơi, thì con không phải đang được yêu — mà đang bị giữ trong sự bất định. Tình yêu thật sự là sự vững vàng. Nó không trừng phạt con bằng sự im lặng hay buộc con phải kiếm lấy sự chăm sóc cơ bản.

Mẹ ước gì có người đã nói với mẹ rằng sự nhất quán quan trọng hơn cường độ. Trong con người. Trong thói quen. Trong chữa lành. Những cử chỉ lớn lao sẽ phai nhạt. Chính những hành động nhỏ bé, lặp đi lặp lại mới là thứ xây dựng cảm giác an toàn.

Mẹ ước gì có người đã nói với mẹ rằng gia đình không chỉ được định nghĩa bởi huyết thống. Rằng đôi khi những người được cho là sẽ bảo vệ con lại không biết cách làm điều đó — và đó là một mất mát mà con được phép đau buồn. Con không nợ sự trung thành với những người làm tổn thương con chỉ vì con chia sẻ cùng họ một lịch sử.

Mẹ ước gì có người đã nói với mẹ rằng con không cần phải giải thích nỗi đau của mình để xứng đáng nhận được lòng trắc ẩn. Con không cần những lời lẽ hoàn hảo hay một câu chuyện thuyết phục. Nếu điều gì đó làm con đau, thì nó quan trọng.

Mẹ ước gì có người đã nói với mẹ rằng áp lực tiền bạc không có nghĩa là con vô trách nhiệm, lười biếng, hay thất bại. Thường thì nó có nghĩa là con đã và đang sống sót mà không có sự hỗ trợ. Sự xấu hổ không giải quyết được áp lực tài chính — sự kiên nhẫn, kế hoạch, và lòng tự trọng thì có.

Mẹ ước gì có người đã nói với mẹ rằng nghỉ ngơi là có giá trị. Rằng chậm lại không xóa bỏ giá trị của con. Rằng có những mùa dành cho xây dựng, và những mùa dành cho chữa lành — và không mùa nào khiến con kém xứng đáng hơn.

Mẹ ước gì có người đã nói với mẹ rằng việc luôn luôn mạnh mẽ phải trả một cái giá. Rằng con được phép mềm lại. Rằng con được phép khóc mà không cần biến nó thành một bài học. Rằng con không cần phải biện minh cho sự kiệt sức của mình.

Mẹ ước gì có người đã nói với mẹ rằng ranh giới sẽ làm người khác thất vọng — và điều đó không phải là dấu hiệu cho thấy con đang làm điều gì sai. Những người hưởng lợi từ việc con không có ranh giới sẽ là những người lớn tiếng nhất khi cuối cùng con tạo ra chúng.

Mẹ ước gì có người đã nói với mẹ rằng sự cô đơn có thể tồn tại ngay cả khi con đang làm mọi thứ "đúng". Rằng nó không phải là bằng chứng cho thấy con không đáng được yêu thương. Đôi khi, nó chỉ đơn giản là khoảng trống giữa con người con đã từng là và con người con đang trở thành.

Mẹ ước gì có người đã nói với mẹ rằng thiên chức làm mẹ không đòi hỏi sự hy sinh đến mức tự hủy hoại. Rằng yêu thương các con một cách mãnh liệt không có nghĩa là âm thầm phá hủy chính mình. Rằng việc chăm sóc bản thân dạy các con cách chăm sóc chính mình vào một ngày nào đó.

Và trên hết, mẹ ước gì có người đã nói với mẹ điều này:

Con không cần phải trở thành một ai khác để xứng đáng có được sự bình yên.

Con không cần phải điềm tĩnh hơn, gầy hơn, hạnh phúc

hơn, giàu có hơn, hay dễ dàng hơn. Con không cần phải hiểu rõ mọi thứ. Con không cần phải kiếm lấy sự nghỉ ngơi, tình yêu, hay sự an toàn.

Con được phép học hỏi trên đường đi.

Con được phép mắc sai lầm mà vẫn là người tốt.

Con được phép cần sự giúp đỡ mà vẫn mạnh mẽ.

Nếu con đang đọc những dòng này và ước gì đã có ai đó nói với con những điều này sớm hơn — hãy để khoảnh khắc này trở thành điều đó.

Hãy để chương này trở thành giọng nói mà mẹ đã không phải lúc nào cũng có, đang nói với con lúc này, rằng:

Con không hỏng hóc.

Con không tụt lại phía sau.

Con không thất bại trong cuộc sống.

Con đang học hỏi — và như vậy là đủ rồi.

CƠ THỂ CON KHÔNG PHẢI LÀ KẺ THÙ

Cơ thể con không phải là kẻ thù.

Mẹ muốn con ghi nhớ điều đó — hết lần này đến lần khác — bởi vì thật dễ quên, đặc biệt trong một thế giới luôn nói với con rằng giá trị của con được đo bằng ngoại hình, bằng khả năng thể hiện, hay bằng việc cơ thể con "được chấp nhận" đến mức nào trong mắt người khác. Mẹ biết cảm giác mang theo sức nặng đó là như thế nào, thức dậy trong chính làn da của mình và cảm thấy như nó đang chống lại con, chứ không phải đồng hành cùng con. Mẹ đã từng cảm thấy như vậy, và mẹ muốn nói cho con biết điều mẹ đã học được: cơ thể con là mái nhà của con, là phương tiện mang con đi qua cuộc đời, là nơi an toàn của con. Nó đã mang con đi qua mọi điều — và nó xứng đáng được biết ơn, kiên nhẫn, và chăm sóc.

Trước khi con đến đây, mẹ đã vật lộn với chính cơ thể của mình. Mẹ chật vật để chấp nhận những thay đổi, những khiếm khuyết, những dấu vết mà cuộc sống để lại trên mẹ. Tâm trí mẹ thường ồn ào hơn cơ thể, phán xét nó khắc nghiệt, so sánh nó với những tiêu chuẩn không thể đạt tới, tưởng tượng ra những khiếm khuyết mà thực ra không ai khác nhìn thấy. Ngay cả bây giờ, sau tất cả những gì mẹ đã học được, vẫn có những khoảnh khắc những nghi ngờ cũ quay trở lại. Và mẹ muốn con biết rằng cảm thấy mâu thuẫn như vậy là điều bình thường. Nhưng những nghi ngờ đó không phải là sự thật.

Cơ thể con không phải là một vấn đề cần được giải quyết. Nó là một phép màu cho phép con chuyển động, cảm nhận, nuôi dưỡng, và yêu thương. Nó là công cụ của con cho niềm vui, cho sự sáng tạo, cho sự bảo vệ, và cho sự sinh tồn. Nó đã chịu đựng những đêm mất ngủ, những gánh nặng nề, những cơn bão cảm xúc, và thậm chí cả sự tự chỉ trích của chính mẹ — và nó vẫn tiếp tục. Đó là sức mạnh. Đó là sự kiên cường. Đó là điều phi thường.

Khi mẹ trở thành một người mẹ, cơ thể mẹ đã biến đổi theo những cách mà mẹ chưa bao giờ có thể tưởng tượng. Mẹ đã mang con trong mình. Mẹ nuôi dưỡng con, cho con ăn, bảo vệ con, và ngay cả khi mẹ cảm thấy đau đớn, mệt mỏi, hay sợ hãi, cơ thể mẹ vẫn không ngừng cho đi. Cơ thể mẹ trở thành nhiều hơn một cơ thể — nó trở thành một chiếc bình chứa đựng tình yêu, sự sống, sự hy sinh, và sức mạnh mà mẹ không biết mình có. Thế nhưng, ngay cả khi nó làm nên những điều kỳ diệu đó, tâm trí mẹ vẫn nhanh chóng chỉ trích. Mẹ muốn nó trông theo một cách nào đó. Mẹ muốn nó cảm thấy theo một cách nào đó. Mẹ muốn xóa đi mọi dấu vết của quá khứ.

Nhưng đây là điều mẹ đã học được: cơ thể con là bản ghi chép của cuộc đời con, và đó là điều cần được tôn vinh, chứ không phải xóa bỏ. Mỗi đường nét, mỗi dấu vết, mỗi thay đổi đều kể một câu chuyện về sự sống sót, trưởng thành, và yêu thương. Mỗi vết rạn, vết sẹo, và đường cong là một minh chứng cho sự kiên cường, lòng can đảm, và khả năng chăm sóc bản thân và người khác của con.

Mẹ biết thế giới có thể tàn nhẫn. Nó sẽ nói với con rằng cơ thể con là chưa đủ, rằng nó nên nhỏ hơn, săn chắc hơn, trẻ hơn, mịn màng hơn, nhanh hơn, hay lặng lẽ hơn. Nó sẽ nói với con rằng cân nặng, làn da, mái tóc, hình dáng của con — tất cả — đều là vấn đề cần được sửa chữa. Mẹ muốn con chống lại điều đó. Mẹ muốn con nói với chính mình, mỗi ngày: cơ thể của mình không phải là vấn đề. Cơ thể của mình là đồng minh của mình.

Cơ thể con sẽ già đi. Nó sẽ thay đổi. Nó sẽ mệt mỏi. Nó có thể không phải lúc nào cũng làm được điều con mong muốn. Nhưng ngay cả trong sự không hoàn hảo, nó vẫn xứng đáng được yêu thương. Ngay cả trong mệt mỏi, nó vẫn xứng đáng được chăm sóc. Ngay cả trong biến đổi, nó vẫn xứng đáng được biết ơn. Hãy đối xử với nó bằng sự kiên nhẫn. Hãy lắng nghe nó. Hãy tôn trọng nó. Hãy nuôi dưỡng nó không phải để trừng phạt, mà để bồi bổ. Hãy vận động nó không phải để đốt cháy, mà để tôn vinh những gì nó có thể làm. Hãy cho nó nghỉ ngơi không như một sự xa xỉ, mà như một điều cần thiết.

Và khi nó thất bại, hay vật lộn, hay đau đớn — đừng xem đó là sự phản bội. Hãy xem đó là một tín hiệu, một sứ giả, một người dẫn đường. Cơ thể con giao tiếp với con. Nó nói cho con biết khi con đang gánh quá nhiều, khi con đang thiếu nuôi dưỡng, khi tâm trí và linh hồn con cần được chú ý. Nó không phá hoại con. Nó bảo vệ con, dạy dỗ con, và nhắc con rằng sinh tồn không chỉ là sức mạnh — mà là sự nhận thức, cân bằng, và chăm sóc.

Mẹ muốn con nhìn cơ thể mình theo cách mà mẹ đã học được để nhìn cơ thể mẹ: như một người bạn đồng hành, chứ không phải kẻ chỉ trích. Như một người thầy, chứ không phải một quản đốc. Như một nguồn của khoái cảm, sức mạnh, và tình yêu, chứ không phải xấu hổ, sợ hãi, hay tự nghi ngờ. Con nợ cơ thể mình sự tôn trọng. Con nợ nó sự kiên nhẫn. Con nợ nó sự dịu dàng — và quan trọng nhất, con nợ nó lòng tử tế.

Một ngày nào đó, khi con cảm thấy thất vọng với chính mình, khi con cảm thấy thiếu kiên nhẫn với hình dáng, kích thước, làn da, sức mạnh, hay khả năng của mình — hãy quay lại với chương này. Hãy để nó nhắc con nhớ: cơ thể con không phải là kẻ thù. Cơ thể con chính là con, là mái nhà của con, là công cụ của con, là món quà của con. Hãy yêu nó. Hãy bảo vệ nó. Hãy lắng nghe nó. Hãy tôn vinh nó. Hãy đứng về phía nó.

Và đừng bao giờ, đừng bao giờ để bất kỳ ai nói với con rằng nó là chưa đủ.

Bởi vì nó hơn cả đủ.

Cơ thể con đã mang con khi con chưa thể bước đi. Cơ thể con sẽ mang con đi suốt cuộc đời. Và khi cuộc sống đòi hỏi quá nhiều, cơ thể con sẽ nhắc con rằng con vẫn đang ở đây, vẫn có khả năng, vẫn sống động, và vẫn xứng đáng được yêu thương — không chỉ từ người khác, mà từ chính con.

Hãy tôn vinh cơ thể con. Hãy bảo vệ nó. Hãy yêu nó. Nó sẽ không bao giờ rời bỏ con — và con cũng đừng bao giờ rời bỏ chính mình.

CHỌN SỰ TỬ TẾ — ĐẶC BIỆT LÀ VỚI CHÍNH MÌNH

Có một lựa chọn lặng lẽ nhưng đầy sức mạnh mà con có thể thực hiện mỗi ngày: lựa chọn sự tử tế. Sự tử tế dành cho người khác thường được ca ngợi, nhưng hành động tử tế nhất — hành động tử tế sẽ định hình toàn bộ cuộc đời con — chính là sự tử tế con dành cho chính mình.

Mẹ muốn con nghe thật rõ điều này: con được phép dịu dàng với chính mình. Con được phép tha thứ cho bản thân khi con mắc sai lầm. Con được phép nghỉ ngơi khi con kiệt sức. Con được phép nói chuyện với chính mình bằng lòng trắc ẩn thay vì sự chỉ trích.

Trong phần lớn cuộc đời mình, mẹ đã làm điều ngược lại. Mẹ đòi hỏi sự hoàn hảo từ bản thân, trừng phạt mình vì những thất bại mà mẹ cho là có, và gạt bỏ nhu cầu của chính mình như thể chúng là ích kỷ. Mẹ nghĩ sự tử tế là thứ để trao ra bên ngoài, không bao giờ hướng vào bên trong. Mẹ nghĩ sức mạnh có nghĩa là phải ép mình tiến lên không ngừng, không dừng lại, không chăm sóc, không mềm lại. Mẹ nghĩ sự tự chỉ trích sẽ khiến mình tốt hơn. Nhưng tất cả những gì nó làm là đè nặng lên mẹ. Mẹ học được từ bà ngoại rằng lòng trắc ẩn với bản thân không phải là ích kỷ — đó là sinh tồn. Bà đã ôm ấp những lo lắng của mẹ mà không phán xét, và giờ đây mẹ cố gắng làm điều tương tự cho chính mình.

Con sẽ mắc sai lầm. Con sẽ mệt mỏi. Con sẽ vấp ngã và cảm thấy như mình chưa đủ tốt. Và điều đó không phải là thất bại. Đó là con người. Đó là cuộc sống. Và trong những khoảnh khắc đó, giọng nói bên trong con có thể trở thành đồng minh hoặc kẻ thù của con.

Hãy chọn sự tử tế.

Hãy chọn nói chuyện với chính mình như cách con nói với người con yêu thương. Hãy chọn tha thứ cho bản thân một cách rộng lượng như con tha thứ cho người khác. Hãy chọn bảo vệ sự bình yên của con, ngay cả khi thế giới xung quanh con dường như hỗn loạn hay bất công. Hãy chọn tôn trọng ranh giới của con. Hãy chọn buông bỏ sự xấu hổ. Hãy chọn ghi nhận nỗ lực của con, chứ không chỉ là kết quả.

Sự tử tế với chính mình không phải là nuông chiều. Nó không phải là yếu đuối. Nó là lòng can đảm. Nó là sức mạnh. Nó là nền tảng cho mọi điều khác trong cuộc đời con — tình yêu con trao đi, sự kiên nhẫn con dành cho người khác, sự bền bỉ con xây dựng. Con không thể rót từ một chiếc cốc trống rỗng. Con không thể nuôi dưỡng các con, gia đình, hay bất kỳ ai khác nếu trước hết con không nuôi dưỡng chính mình.

Mẹ đã học được điều này theo cách khó khăn. Mẹ học rằng cảm xúc của mẹ, sức khỏe tinh thần của mẹ, cơ thể của mẹ, và những giới hạn của mẹ không phải là những phiền toái cần vượt qua — chúng là tín hiệu, là người thầy, là người dẫn đường. Mẹ học rằng khi mẹ phớt lờ nhu cầu của chính mình, mẹ trở nên giòn dễ vỡ. Nhưng khi mẹ chăm sóc bản thân, dù chỉ bằng những cách nhỏ bé, mẹ trở nên mạnh mẽ hơn, bình tĩnh hơn, và hiện diện nhiều hơn.

Con sẽ mệt mỏi. Con sẽ cảm thấy mình bị kéo căng. Con sẽ tự hỏi liệu tình yêu con trao đi có đủ hay không. Và nó là đủ — nhưng chỉ khi con bù đắp nó bằng sự tử tế dành cho chính mình.

Khi con chọn sự tử tế cho bản thân, nó sẽ biến đổi mọi thứ:

Con trở nên kiên nhẫn hơn với các con.

Con trở nên dễ tha thứ hơn với lỗi lầm của người khác.

Con học cách đi qua những thử thách của cuộc sống mà không tự phá hoại mình.

Con tìm thấy sự bền bỉ không phải bằng sự khắc nghiệt, mà bằng sự dịu dàng.

Đây là bài học mẹ ước gì mình đã học được sớm hơn: khắt khe với bản thân không làm cuộc sống dễ dàng hơn. Tàn nhẫn với chính mình không làm con mạnh mẽ hơn. Việc chọn lòng trắc ẩn, sự kiên nhẫn, và sự thấu hiểu cho chính mình tạo nên một nền tảng có thể chịu đựng bất cứ điều gì cuộc sống ném về phía con.

Vì vậy, khi con vấp ngã, hãy nghỉ ngơi.

Khi con cảm thấy quá tải, hãy thở.

Khi con sợ hãi, hãy nói với chính mình bằng sự tử tế.

Khi con mắc sai lầm, hãy tha thứ cho nó.

Chọn sự tử tế — đặc biệt là với chính mình — không phải là điều tùy chọn. Nó là điều cần thiết. Nó mang tính cách mạng. Và nó sẽ mang con đi qua những ngày khó khăn nhất, những đêm cô đơn nhất, và những khoảnh khắc khi con nghĩ mình không thể tiếp tục.

Bởi vì sự tử tế với chính mình là sức mạnh lặng lẽ sẽ nhắc con nhớ rằng:

Con là đủ.

Con là xứng đáng.

Con là có khả năng.

Và con được yêu thương sâu sắc, vô điều kiện — bởi người khác, và quan trọng nhất, bởi chính con.

TÌNH YÊU, CÁC MỐI QUAN HỆ, VÀ VIỆC BIẾT GIÁ TRỊ CỦA MÌNH

Sẽ đến một thời điểm trong cuộc đời con khi con bắt đầu nhận ra cách người khác bước vào không gian của con — đôi khi với tình yêu, đôi khi với kỳ vọng, đôi khi kèm theo những ràng buộc. Và trong những khoảnh khắc đó, việc biết giá trị của mình sẽ là kim chỉ nam quan trọng nhất mà con có.

Mẹ muốn nói với con điều này, điều mẹ đã học được theo cách khó khăn: tình yêu không được sinh ra để làm con đau đớn một cách liên tục. Các mối quan hệ không được sinh ra để làm lu mờ ánh sáng của con. Và giá trị của con không phải là thứ mà bất kỳ ai có thể trao cho hay lấy đi.

Khi mẹ còn trẻ, mẹ tin rằng được yêu thương đồng nghĩa với việc uốn mình thành những hình dạng mà người khác chấp nhận. Mẹ nghĩ rằng hy sinh, thỏa hiệp, và nỗ lực không ngừng là bằng chứng của sự tận hiến. Mẹ nghĩ rằng ở lại lâu hơn trong những mối quan hệ làm mẹ cạn kiệt là bằng chứng của lòng trung thành. Và mẹ đã sai.

Tình yêu không bao giờ nên mang cảm giác như một cuộc trao đổi. Nó không nên đòi hỏi con phải thu nhỏ lại, im lặng, hay phớt lờ nhu cầu của mình. Tình yêu nên là nơi con cảm thấy an toàn, được nhìn thấy, và được khuyến khích để trưởng thành — chứ không phải sợ hãi, nhỏ bé, hay không xứng đáng.

Các mối quan hệ là những tấm gương. Chúng phản chiếu lại cách người khác nhìn nhận giá trị của con — và cách con cho phép họ định nghĩa điều đó. Mẹ đã mất rất nhiều năm mới nhận ra rằng thế giới thường trao cho ta sự ân cần kèm điều kiện, sự chú ý đi cùng kỳ vọng, và lời khen gắn với sự phán xét. Bài học mẹ muốn con mang theo là điều này: con không cần phải chấp nhận một tình yêu khiến con nghi ngờ giá trị của mình hoặc làm hao mòn tinh thần của con.

Con xứng đáng với những mối quan hệ tôn trọng con — không chỉ chịu đựng con. Những mối quan hệ mà sự tử tế là nhất quán, không phải thỉnh thoảng. Nơi sự tôn trọng được trao đi một cách tự do, không phải kiếm lấy bằng sự hy sinh. Nơi trái tim con được đáp lại, và các ranh giới của con được tôn trọng mà không cần thương lượng.

Cũng quan trọng khi con hiểu rằng việc biết giá trị của mình không khiến con trở nên kiêu ngạo hay khoe khoang. Nó không khiến con cứng nhắc, lạnh lùng, hay không đáng yêu. Nó khiến con tỉnh táo. Nó cho con sự rõ ràng để nhìn thấy khi tình yêu của ai đó là chân thật và khi nó có điều kiện. Nó cho phép con rời xa những gì làm tổn thương con và bước về phía những gì nuôi dưỡng con.

Mẹ muốn con nhận ra rằng tình yêu không chỉ là tình yêu đôi lứa. Nó còn là cách bạn bè đứng bên con, cách gia đình hỗ trợ con, cách con tôn trọng chính trái tim mình. Và đôi khi, tình yêu là giọng nói lặng lẽ bên trong con bảo con rời xa những tình huống, con người, hay khuôn mẫu không phục vụ cho sự trưởng thành của con. Giọng nói đó là sự khôn ngoan. Giọng nói đó là lòng tự trọng. Giọng nói đó chính là giá trị của con.

Khi mẹ trở thành một người mẹ, việc hiểu về tình yêu và giá trị càng trở nên rõ ràng hơn. Mẹ nhận ra rằng bảo vệ trái tim của các con cũng đồng nghĩa với việc bảo vệ trái tim của chính mình. Rằng việc dạy các con tình yêu trông như thế nào bắt đầu từ việc làm gương cho điều đó trong chính các mối quan hệ của mẹ — với gia đình, bạn bè, bạn đời, và với bản thân. Mẹ học rằng tình yêu không có sự tôn trọng là nguy hiểm, và sự hy sinh không có sự chăm sóc là gây tổn hại.

Con sẽ gặp những người cố gắng định nghĩa lại giá trị của con, những người yêu cầu con chứng minh điều đó, những người thử thách các ranh giới của con. Và con có quyền rời đi. Con có quyền ưu tiên sự bình yên của mình hơn việc làm hài lòng người khác. Con có quyền chọn chính mình, ngay cả khi điều đó khó khăn.

Sự thật mẹ muốn con mang theo là điều này: tình yêu không được sinh ra để phá vỡ con, và các mối quan hệ không được sinh ra để khiến con nghi ngờ giá trị của mình. Nếu một con người hay một hoàn cảnh liên tục khiến con cảm thấy nhỏ bé, lo âu, hay vô hình, thì đó không phải là sự phản chiếu giá trị của con — mà là sự phản chiếu của những gì họ có thể hoặc sẵn sàng trao đi. Và đó là giới hạn của họ, không phải của con.

Giá trị của con là bất biến. Nó không thu nhỏ lại khi người khác rút lui. Nó không lớn lên khi người khác chấp thuận. Nó bắt rễ từ con người con, từ cuộc sống con xây dựng, từ tình yêu con trao và nhận một cách có chủ đích. Hãy bảo vệ nó một cách mãnh liệt. Hãy dạy người khác cách đối xử với con bằng chính cách con đối xử với bản thân mình.

Hãy yêu bản thân đủ nhiều để rời xa những gì không tôn trọng con.

Hãy tôn trọng bản thân đủ nhiều để đòi hỏi sự nhất quán, tử tế, và trung thực.

Hãy tin vào bản thân đủ nhiều để biết rằng những người phù hợp sẽ không yêu cầu con hy sinh trái tim mình để được yêu thương.

Và khi con tìm thấy tình yêu chân thật — vững vàng, rộng lượng, và nuôi dưỡng — hãy đón nhận nó trọn vẹn. Đừng nghi ngờ nó. Đừng giữ lại. Hãy trân trọng nó, bởi vì nó hiếm có, và nó đẹp đẽ.

Hãy luôn ghi nhớ điều này: mối quan hệ quan trọng nhất mà con từng có chính là mối quan hệ con có với chính mình. Tình yêu con dành cho bản thân đặt ra tiêu chuẩn cho mọi tình yêu khác mà con cho phép bước vào cuộc đời mình. Hãy bảo vệ nó, tôn trọng nó, và đừng bao giờ quên nó.

Bởi vì việc biết giá trị của mình chính là chiếc la bàn sẽ dẫn con đến tình yêu mà con xứng đáng — tình yêu không bao giờ yêu cầu con phải trở nên ít hơn con người con là.

KHI NGƯỜI KHÁC LÀM CON THẤT VỌNG

Sẽ có những người trong cuộc đời con khiến con thất vọng. Có người làm điều đó một cách cố ý. Có người làm điều đó vì họ quá chìm đắm trong những đấu tranh của chính mình đến mức không thể nhìn thấy con một cách rõ ràng. Và có người làm con thất vọng đơn giản vì họ là con người — khiếm khuyết, không hoàn hảo, và không có khả năng trao cho con điều con cần.

Sự thất vọng thật đau đớn. Nó có thể nhói buốt hơn cả cơn giận, bởi vì nó phá vỡ một lời hứa không lời — lời hứa rằng con người sẽ xuất hiện khi con cần họ. Nó có thể khiến con nghi ngờ sự phán đoán của mình, giá trị của mình, và khả năng tin tưởng của mình. Mẹ đã cảm nhận nỗi đau này rất sâu sắc, trong tình bạn, trong gia đình, trong tình yêu, và trong những khoảnh khắc mẹ hy vọng có sự nâng đỡ nhưng chỉ tìm thấy sự vắng mặt.

Mẹ muốn con biết một điều quan trọng: việc người khác làm con thất vọng không phản ánh giá trị của con. Những lựa chọn của họ, những giới hạn của họ, sự bất lực của họ trong việc đáp ứng nhu cầu của con nói lên nhiều điều về họ hơn là về con. Con không trở nên kém giá trị vì ai đó đã không tôn trọng con. Con không hỏng hóc vì ai đó đã không thể yêu con một cách trọn vẹn.

Nó đau bởi vì con quan tâm. Bởi vì con là con người. Bởi vì con đã hy vọng vào điều gì đó tốt đẹp hơn. Và việc cảm thấy đau như vậy là điều hoàn toàn ổn. Con được phép khóc, được phép đau buồn, và được phép thừa nhận sự mất mát — ngay cả khi đó không phải là một người đã qua đời, mà là một người đã buông con về mặt cảm xúc, hoặc chưa bao giờ ôm giữ con theo cách con xứng đáng.

Sự thất vọng dạy những bài học khó khăn. Nó dạy con ai có khả năng giữ không gian cho con, và ai thì không. Nó dạy con rằng tình yêu và sự quan tâm không phải là nghĩa vụ, ngay cả khi con ước chúng là như vậy. Nó dạy con rằng ranh giới là cần thiết. Và nó dạy con về sự kiên cường — sức mạnh để đứng vững ngay cả khi người khác chùn bước.

Mẹ đã học rằng con có thể tha thứ cho người khác vì đã làm con thất vọng, mà không cần cho họ quyền làm tổn thương con thêm lần nữa. Tha thứ không có nghĩa là quên đi, bào chữa, hay mời gọi tổn hại. Tha thứ là một cách để giải phóng chính mình khỏi việc mang theo gánh nặng của họ, để con có thể tiếp tục bước đi mà không để sự cay đắng kiểm soát trái tim mình.

Đôi khi, có những người sẽ làm con thất vọng lặp đi lặp lại. Họ có thể sẽ không bao giờ thay đổi. Họ có thể sẽ không bao giờ gặp con ở nơi con cần họ. Và đó là lúc con phải đưa ra một lựa chọn: tiếp tục kỳ vọng ở họ những điều họ không thể trao đi, hoặc bảo vệ trái tim mình bằng cách lùi lại, ngay cả khi điều đó khiến con cảm thấy cô đơn. Chọn chính mình không phải là ích kỷ. Chọn sự bình yên của mình không phải là tàn nhẫn. Chọn ranh giới không phải là sự từ chối — đó là lòng tự trọng.

Việc đau buồn vì sự thất vọng là điều hoàn toàn được phép. Con được phép cảm thấy tức giận, buồn bã, thất vọng, và tổn thương. Con được phép nói rằng: "Con xứng đáng với điều tốt hơn." Con được phép thương tiếc khoảng trống mà con đã mong ai đó có thể lấp đầy.

Và rồi, con được phép buông bỏ.

Sự thất vọng không nhất thiết phải định nghĩa con. Nó không cần phải quyết định tình yêu con trao đi, niềm hy vọng con giữ lấy, hay cuộc sống con xây dựng. Con có thể mang theo những gì mình đã học được — về sự kiên nhẫn, ranh giới, sự bền bỉ, và giá trị bản thân — và dùng chúng để định hình những mối quan hệ thực sự quan trọng.

Hãy nhớ điều này: những người làm con thất vọng không phải là thước đo của con. Lòng can đảm, sự tử tế, sự chính trực, và khả năng yêu thương trọn vẹn của con — ngay cả sau khi bị làm thất vọng — mới là thước đo của con.

Vì vậy, khi ai đó làm con thất vọng, đừng để điều đó làm con trở nên chai cứng. Đừng để nó làm con thu nhỏ lại. Hãy để nó dạy con, làm con mạnh mẽ hơn, và dẫn con đến những con người và sự kết nối sẽ trân trọng trái tim con.

Và hãy luôn biết điều này: con sẽ không bao giờ đơn độc trong giá trị của mình. Ngay cả khi người khác khiến con thất vọng, giá trị của con vẫn nguyên vẹn. Ngay cả khi thế giới dường như bất công, khả năng yêu thương, hy vọng, và trưởng thành của con vẫn không bị chạm tới.

Sự thất vọng là điều không thể tránh khỏi. Tan vỡ là điều không thể tránh khỏi. Nhưng con, tình yêu của mẹ, là không thể bị phá vỡ — bởi vì cuộc đời con, trái tim con, và tinh thần của con thuộc về con trước tiên, và chúng là đủ rồi.

NGÔI NHÀ LÀ ĐIỀU CON TỰ TẠO NÊN

Ngôi nhà không phải lúc nào cũng là một nơi chốn. Nó không phải lúc nào cũng là một tòa nhà có tường, có mái, hay một con đường quen thuộc. Đôi khi, đó là một cảm giác. Đôi khi, đó là những con người con mang theo trong trái tim mình. Đôi khi, đó là một nơi trú ẩn mà con phải tự tay xây dựng bằng chính đôi tay, tình yêu, và những lựa chọn của mình.

Mẹ muốn con hiểu điều này ngay từ đầu: ngôi nhà không phải là thứ được trao sẵn. Nó không được bảo đảm. Nó không phải lúc nào cũng là nơi con sinh ra, hay nơi gia đình con sống, hay nơi người khác nói rằng nó nên là. Mẹ đã học được điều này theo cách khó khăn, qua nhiều năm cảm thấy rằng những con người và không gian xung quanh mình không an toàn, không nâng đỡ, hoặc không phải là điều mẹ cần. Và mẹ nhận ra rằng việc chờ đợi một ngôi nhà hoàn hảo, một gia đình hoàn hảo, hay một cuộc đời hoàn hảo chỉ khiến con đứng ngoài giá lạnh, hy vọng vào điều gì đó có thể sẽ không bao giờ đến.

Ngôi nhà là điều con tự tạo nên.

Con tạo nên nó bằng tình yêu, sự kiên nhẫn, và chủ đích. Con tạo nên nó bằng những ranh giới bảo vệ trái tim con. Con tạo nên nó bằng những thói quen mang lại sự ổn định và an ủi. Con tạo nên nó bằng những không gian — cả vật chất lẫn cảm xúc — cảm thấy an toàn và nuôi dưỡng. Con tạo nên nó cùng những con người tôn trọng con, khích lệ con, và mang đến sự ấm áp thay vì hỗn loạn.

Khi mẹ trở thành một người mẹ, mẹ nhận ra rằng việc tạo dựng ngôi nhà không phải là sự hoàn hảo. Đó là sự an toàn. Đó là cảm giác thuộc về. Đó là việc dạy con, thông qua môi trường mẹ xây dựng và những lựa chọn mẹ đưa ra, rằng thế giới có thể dịu dàng, ngay cả khi nó không phải lúc nào cũng dễ dàng. Mẹ muốn con biết rằng một ngôi nhà không được đo bằng việc nó gọn gàng đến đâu, lớn đến đâu, hay sang trọng đến đâu. Nó được đo bằng cảm giác mà nó mang lại khi con bước qua cánh cửa: con được nhìn thấy. Con an toàn. Con được yêu thương.

Đôi khi, việc tạo dựng ngôi nhà có nghĩa là buông bỏ. Buông bỏ những con người làm cạn kiệt năng lượng của con. Buông bỏ những truyền thống không phục vụ con. Buông bỏ những kỳ vọng mà người khác đặt lên con. Điều đó không dễ. Nó thường rất đau đớn. Nhưng mỗi lựa chọn bảo vệ không gian của con, nuôi dưỡng sự bình yên của con, tôn trọng những nhu cầu của chính con, đều là một viên gạch trong nền móng của ngôi nhà mà con có thể thực sự gọi là của mình.

Ngôi nhà cũng là điều con mang theo bên trong chính mình. Ngay cả khi thế giới bên ngoài bất định, khi gia đình làm con thất vọng, khi bạn bè khiến con tổn thương, hay khi cuộc sống trở nên chông chênh, con vẫn có thể trở về với ngôi nhà mà con đã tạo dựng trong trái tim mình. Những suy nghĩ của con, lòng tự trọng của con, những thói quen của con, và tình yêu con dành cho bản thân và cho các con của mình — đó là những bức tường và mái che của một ngôi nhà nội tâm mà không ai có thể làm lung lay.

Mẹ muốn con hiểu rằng ngôi nhà có thể lớn lên, thay đổi, và di chuyển cùng con. Con có thể tạo ra nó ở bất cứ đâu: trong một căn hộ nhỏ, trong một căn phòng thuê, trong một khu vườn, trong một ký ức. Con có thể tạo ra nó qua nghi thức, sự chăm sóc, và chủ đích. Con có thể tạo ra nó trong cách con dọn bàn, trải giường, sắp xếp không gian, hay trao đi sự ấm áp và tình yêu cho những người cần đến. Mỗi hành động chăm sóc là một viên gạch. Mỗi hành động yêu thương là một thanh xà. Mỗi ranh giới con tôn trọng là một cánh cửa bảo vệ điều thiêng liêng bên trong.

Và quan trọng nhất, ngôi nhà là nơi trái tim con có thể nghỉ ngơi mà không cần xin lỗi. Nơi tiếng cười vang lên tự do. Nơi nước mắt được đón nhận bằng lòng trắc ẩn. Nơi những sai lầm không xóa bỏ cảm giác thuộc về. Nơi tình yêu là luật lệ, chứ không phải nỗi sợ hay kỳ vọng.

Mẹ muốn các con biết rằng mẹ đang xây dựng ngôi nhà này cho các con, viên gạch này đến viên gạch khác, lựa chọn này đến lựa chọn khác. Và khi đến ngày các con phải tự tạo dựng ngôi nhà của riêng mình, các con sẽ đã biết cách làm điều đó: bằng chủ đích, bằng tình yêu, và bằng lòng can đảm.

Ngôi nhà không phải là thứ được thừa hưởng.

Ngôi nhà không phải lúc nào cũng được tìm thấy.

Ngôi nhà được tạo nên.

Và các con, những tình yêu của mẹ, chính là những kiến trúc sư của sự an toàn, cảm giác thuộc về, và bình yên của chính mình.

Các con sẽ luôn mang theo một ngôi nhà bên trong — một ngôi nhà được xây dựng bằng tình yêu không thể bị lấy đi.

TIỀN BẠC, CÔNG VIỆC, VÀ SINH TỒN

Cuộc sống thường dạy con những bài học về tiền bạc trước khi dạy con những bài học về sự thoải mái, an toàn, hay bình yên. Mẹ muốn con biết điều này một cách rõ ràng ngay từ đầu: tiền bạc không phải là thước đo giá trị của con. Công việc không phải là thước đo tình yêu hay giá trị của con. Sinh tồn không phải là một hành động đáng xấu hổ.

Mẹ đã học được điều này qua nhiều năm đấu tranh. Đã có những thời điểm từng đồng tiền đều quan trọng, khi các lựa chọn bị chi phối bởi sự cần thiết, khi sự kiệt sức không đến từ lười biếng mà từ việc làm mọi thứ có thể để giữ cho cuộc sống tiếp tục tiến về phía trước. Có những ngày mẹ lo lắng về việc trả hóa đơn, đặt thức ăn lên bàn, hay chu cấp cho con — những ngày mà áp lực đó đè nặng lên trái tim và tâm trí mẹ.

Và thế nhưng, chính những trải nghiệm đó đã dạy mẹ sức mạnh theo những cách mà sự thoải mái không bao giờ có thể làm được. Chúng dạy mẹ sự kiên cường, tính tháo vát, và quyết tâm. Chúng dạy mẹ sức mạnh của những bước đi nhỏ, được lặp lại theo thời gian. Chúng dạy mẹ cách kéo giãn những gì ít ỏi mình có, cách ưu tiên, và cách sinh tồn mà không đánh mất chính mình.

Tiền bạc là quan trọng, đúng vậy — nhưng nó là một công cụ, không phải là đích đến. Nó cần thiết cho sinh tồn, nhưng nó không phải là bằng chứng của phẩm chất, trí tuệ, hay tình yêu. Đừng để sự thiếu thốn tiền bạc khiến con nghi ngờ giá trị của mình. Đừng để sự dư dả khiến con quên điều đó. Giá trị của con được đo bằng lòng can đảm, sự chính trực, và trái tim của con — không phải bằng tài khoản ngân hàng.

Công việc là quan trọng, đúng vậy — nhưng nó cũng là một phương tiện, không phải là thước đo cuộc đời con. Lao động chăm chỉ có thể xây dựng sự an toàn, dạy con kỷ luật, và tạo ra cơ hội, nhưng nó không bao giờ nên định nghĩa con hay quyết định giá trị bản thân của con. Con có thể làm việc không mệt mỏi mà vẫn là con người, có thể sai sót, và xứng đáng được nghỉ ngơi. Con có thể làm việc đều đặn mà vẫn cần sự giúp đỡ, vẫn trải qua những thất bại, vẫn mắc sai lầm. Công việc nên nuôi dưỡng con, chứ không phải tiêu hao con.

Sinh tồn không phải là điều đáng xấu hổ. Đã có những khoảnh khắc trong cuộc đời mẹ khi sinh tồn là tất cả những gì mẹ có thể làm — đặt từng bước chân về phía trước, đặt nhu cầu của con lên trên nhu cầu của chính mình, và bám trụ qua sợ hãi, nghi ngờ, và kiệt sức. Sinh tồn không phải là thất bại. Sinh tồn là lòng dũng cảm. Sinh tồn là bằng chứng rằng ngay cả khi thế giới đòi hỏi quá nhiều, con vẫn có thể vươn lên, tiếp tục, và bảo vệ những điều quan trọng nhất.

Mẹ muốn con ghi nhớ những sự thật này:

Con được phép xin giúp đỡ khi sinh tồn đòi hỏi điều đó. Đó không phải là yếu đuối.

Con được phép đưa ra những quyết định dựa trên tính thực tế, ngay cả khi chúng không được ưa chuộng hay khó khăn.

Con được phép ưu tiên các con, sức khỏe, và sự an toàn của mình hơn vẻ bề ngoài hay kỳ vọng.

Con được phép nói "đủ rồi" khi công việc, trách nhiệm, hay áp lực bên ngoài đe dọa sự an lành của con.

Tiền bạc, công việc, và sinh tồn là một phần của cuộc sống, nhưng chúng không phải là toàn bộ cuộc sống. Chúng là nền móng, là khung sườn, chứ không phải là sự trang trí hay ý nghĩa. Cách con đi qua chúng — với sự trung thực, lòng can đảm, và lòng tự trọng — mới là điều quan trọng nhất.

Một ngày nào đó, con có thể gặp khó khăn về tài chính, cảm thấy kiệt sức vì công việc, hoặc đối mặt với những giai đoạn mà sinh tồn là tất cả những gì con có thể xoay xở. Khi điều đó xảy ra, hãy nhớ: con đang làm đủ rồi. Con đủ mạnh mẽ. Con đủ sáng tạo. Con đủ tháo vát. Con xứng đáng — ngay cả trong thiếu thốn, ngay cả trong kiệt sức, ngay cả trong những khoảnh khắc nghi ngờ.

Và khi cuộc sống cho phép, khi sinh tồn trở thành ổn định, và sự ổn định mở đường cho sự trưởng thành, hãy nhớ thêm điều này: sự giàu có là mong manh, công việc thay đổi, và hoàn cảnh chuyển dịch. Nhưng các giá trị của con, sự chính trực của con, và tình yêu con dành cho bản thân và cho người khác là bền vững. Chúng là sự giàu có thực sự mà con mang theo suốt cuộc đời.

Tiền bạc có thể mua những nhu cầu thiết yếu, nhưng nó không thể mua được lòng can đảm. Công việc có thể mang lại sự an toàn, nhưng nó không thể dạy con sự kiên cường. Sinh tồn có thể giữ con sống sót, nhưng tình yêu — tình yêu dành cho chính mình, cho gia đình, và cho cuộc sống — mới là điều cho phép con thực sự thịnh vượng.

Đừng bao giờ quên: con không được định nghĩa bởi bảng cân đối của mình, bởi tấm séc lương, hay bởi những khó khăn con chịu đựng. Con được định nghĩa bởi trái tim của con, những lựa chọn của con, và khả năng tiếp tục bước đi — bất kể cuộc sống trở nên nặng nề đến đâu.

Sinh tồn không phải là kết thúc. Nó là sự khởi đầu. Và con, tình yêu của mẹ, hoàn toàn có khả năng bắt đầu lại — mỗi một lần.

LÒNG CAN ĐẢM MANG DÁNG VẺ LẶNG LẼ

Lòng can đảm không phải lúc nào cũng ồn ào. Nó không phải lúc nào cũng được tôn vinh. Nó không phải lúc nào cũng rõ ràng. Đôi khi, lòng can đảm rất lặng lẽ. Đôi khi, nó không gầm vang. Đôi khi, nó không khoác lên mình huân chương hay đòi hỏi sự chú ý. Đôi khi, nó chỉ đơn giản là bền bỉ, ngày này qua ngày khác, không cần tiếng vỗ tay hay sự công nhận.

Mẹ muốn con hiểu điều này thật sâu sắc, bởi vì con sẽ đối diện với những khoảnh khắc trong cuộc đời mà điều can đảm nhất con có thể làm lại gần như vô hình. Lòng can đảm không phải lúc nào cũng trông như những hành động anh hùng. Nó không phải lúc nào cũng giống như việc chiến đấu nơi công cộng hay đạt được những thành tựu lớn lao. Đôi khi, lòng can đảm là lựa chọn xuất hiện khi việc bỏ chạy sẽ dễ dàng hơn. Đôi khi, lòng can đảm là chăm sóc chính mình khi thế giới mong đợi con cho đi tất cả vì người khác. Đôi khi, lòng can đảm là tiếp tục yêu thương, ngay cả khi tình yêu đã từng làm con tổn thương.

Mẹ đã học được điều này theo cách khó khăn. Cuộc đời mẹ đã đòi hỏi lòng can đảm lặng lẽ hết lần này đến lần khác. Sống cùng rối loạn lưỡng cực đòi hỏi một kiểu can đảm mà không phải lúc nào người khác cũng nhìn thấy — can đảm để rời khỏi giường khi tâm trí nặng nề hỗn loạn, can đảm để chăm sóc các con khi sự kiệt sức khiến từng chuyển động đều trở nên bất khả, can đảm để xin giúp đỡ khi lòng tự trọng hay nỗi sợ bảo mẹ phải chịu đựng một mình. Lòng can đảm ấy không lên trang nhất. Nó không được ca ngợi. Nhưng nó quan trọng hơn những gì mẹ có thể diễn tả bằng lời.

Nuôi dạy con cái thường đòi hỏi một kiểu can đảm tinh tế và bền bỉ. Có những ngày thế giới mang đến hỗn loạn và mẹ phải đáp lại bằng sự bình tĩnh. Có những đêm mẹ kiệt sức nhưng vẫn phải vỗ về nỗi sợ của một đứa trẻ. Có những khoảnh khắc tình yêu yêu cầu mẹ hành động, không phải từ lòng tự hào hay kỳ vọng, mà từ sự tận hiến — và chính sự nhất quán lặng lẽ ấy là lòng can đảm.

Lòng can đảm cũng là khả năng bảo vệ trái tim con. Là rời xa những người làm con hao mòn. Là nói "không" khi người khác đòi hỏi quá nhiều. Là tạo ra những ranh giới tôn trọng sự bình yên của con. Lòng can đảm là chọn chính mình — không phải một cách ích kỷ, mà như một hành động gìn giữ và tôn trọng bản thân. Lòng can đảm là giữ chặt các giá trị của con, ngay cả khi người khác chế giễu, nghi ngờ, hay gây áp lực lên con.

Mẹ muốn con thấy rằng lòng can đảm thường đến mà không có nghi thức rình rang. Nó đến trong sự bền bỉ. Nó đến trong sự nhất quán. Nó đến trong lựa chọn tiếp tục, chịu đựng, và yêu thương, ngay cả khi điều đó khó khăn, cô đơn, hay kiệt sức. Nó đến trong những khoảnh khắc nhỏ bé, lặng lẽ tưởng như bình thường, nhưng khi cộng lại, chúng tạo nên xương sống của cuộc đời con.

Con không cần phải công bố lòng can đảm của mình. Con không cần phải chứng minh nó. Nó nằm trong những quyết định hằng ngày, những hy sinh không ai thấy, sự kiên cường vô hình. Nó nằm trong việc sống sót, đứng vững, nói ra sự thật của mình, và yêu thương trọn vẹn — ngay cả khi điều đó khó khăn.

Khi thế giới trở nên choáng ngợp, khi người khác không hiểu, khi nỗi sợ thì thầm rằng con không thể tiếp tục, hãy nhớ điều này: lòng can đảm không phải lúc nào cũng ồn ào. Nó bền bỉ, lặng lẽ, và vững vàng. Và chính điều đó làm nó không thể lay chuyển.

Lòng can đảm con thực hành trong thầm lặng hôm nay sẽ định hình sức mạnh con mang theo ngày mai. Nó sẽ dẫn con đi qua những thử thách mà không ai khác nhìn thấy. Nó sẽ dạy các con của con biết sức mạnh thực sự trông như thế nào: không phải trong những màn phô diễn quyền lực hay sự chú ý, mà trong những hành động lặng lẽ của sự bền bỉ, tình yêu, và sự chính trực.

Vì vậy, khi con nghi ngờ chính mình, khi con cảm thấy không được nhìn thấy, khi con tự hỏi liệu những nỗ lực của mình có ý nghĩa hay không, hãy nhớ rằng: lòng can đảm lặng lẽ bên trong con là đủ. Nó mạnh mẽ. Nó là thật. Và nó sẽ mang con đi qua bất cứ điều gì.

Lòng can đảm không cần phải ồn ào để trở nên phi thường. Và lòng can đảm của con, tình yêu của mẹ, luôn luôn như vậy.

KHI CON CẢM THẤY LẠC LỐI

Sẽ có những khoảnh khắc trong cuộc đời con khi con cảm thấy lạc lối. Không phải về mặt thể chất, mà là về cảm xúc, tinh thần, tâm linh. Những khoảnh khắc khi con đường phía trước trở nên mờ mịt, khi trái tim con nặng trĩu, và khi dường như mọi người khác đều có một tấm bản đồ mà con chưa bao giờ được trao. Cảm giác lạc lối có thể đáng sợ, kiệt sức, và cô đơn — nhưng nó không phải là vĩnh viễn.

Mẹ muốn con hiểu rằng cảm thấy lạc lối không có nghĩa là con đã thất bại. Nó không có nghĩa là con hỏng hóc. Nó không có nghĩa là con yếu đuối. Nó chỉ đơn giản có nghĩa là con là con người, và rằng con đang ở trong một mùa của sự bất định — một mùa đòi hỏi sự kiên nhẫn, lòng trắc ẩn, và niềm tin vào chính mình.

Mẹ đã cảm thấy lạc lối rất nhiều lần. Có những ngày trách nhiệm của cuộc sống nhấn chìm mẹ, khi gánh nặng chăm sóc các con, quản lý một mái nhà, và đối diện với chính tâm trí mình trở nên không thể chịu đựng. Có những lúc các mối quan hệ làm mẹ thất vọng, khi công việc và tiền bạc dường như không thể xoay xở, khi chính cảm xúc của mẹ phản bội mẹ và mẹ không biết phải rẽ hướng nào. Trong những khoảnh khắc đó, thế giới giống như một mê cung, và mẹ tự hỏi liệu mình có bao giờ tìm lại được con đường của mình hay không.

Khi con cảm thấy lạc lối, hãy nhớ rằng con được phép dừng lại. Con được phép nghỉ ngơi. Con được phép ngừng giả vờ rằng mình có tất cả câu trả lời. Con không cần phải biết mọi thứ ngay bây giờ. Con không cần phải có một kế hoạch. Con không cần phải "ổn thỏa" mọi thứ.

Cảm giác lạc lối cũng có thể là một dấu hiệu của sự trưởng thành. Nó có thể có nghĩa là con đang rời bỏ những khuôn mẫu cũ, những kỳ vọng cũ, những nơi chốn cũ không còn phục vụ con nữa. Nó có thể có nghĩa là con đang được yêu cầu tin tưởng vào chính mình, ngay cả khi con đường phía trước chưa rõ ràng. Nó có thể có nghĩa là con đang đứng trước ngưỡng cửa của điều gì đó mới mẻ — một sự thấu hiểu sâu sắc hơn về bản thân, những mong muốn, và những giá trị của con.

Khi con cảm thấy lạc lối, hãy neo mình vào những điều con biết. Hãy nhớ con là ai. Hãy nhớ tình yêu con mang dành cho các con. Hãy nhớ sức mạnh con đã xây dựng qua mọi thử thách con từng đối diện. Hãy nhớ rằng ngay cả khi con đường bất định, trái tim con, bản năng của con, và lòng can đảm của con vẫn có thể dẫn lối cho con.

Hãy tìm kiếm sự hỗ trợ khi con cần. Con không phải bước đi một mình. Hãy xin giúp đỡ. Hãy nói chuyện với những người quan tâm, lắng nghe, và đưa ra sự dẫn dắt mà không phán xét. Đôi khi chỉ một cuộc trò chuyện đơn giản, một trải nghiệm được chia sẻ, hay một sự hiện diện lặng lẽ cũng có thể soi sáng một con đường mà con không thể tự mình nhìn thấy.

Và hãy nhớ rằng, cảm giác lạc lối là tạm thời. Làn sương mù sẽ tan. Sự bối rối sẽ qua đi. Con sẽ tìm lại được con đường của mình — không nhất thiết là con đường cũ, mà là một con đường thuộc về con, do con chọn, và đầy ý nghĩa. Mỗi bước con đi, ngay cả khi chưa chắc chắn, đều là một phần trong hành trình của con. Mỗi lựa chọn, mỗi lần dừng lại, mỗi nỗ lực đều có giá trị.

Khi cuộc sống trở nên choáng ngợp, khi trái tim con nặng nề, khi con cảm thấy mình đang trôi dạt, hãy tin vào chính mình. Hãy tin vào sự kiên cường của con. Hãy tin vào khả năng điều hướng sự bất định của con. Hãy tin rằng ngay cả trong những khoảnh khắc mất phương hướng, con vẫn đang tiến về phía trước.

Cảm giác lạc lối không định nghĩa con. Điều định nghĩa con là lòng can đảm để tiếp tục bước đi, là sự sẵn sàng tìm kiếm ánh sáng ngay cả khi nó mờ nhạt, và là niềm tin rằng con sẽ tìm được đường trở lại.

Con có thể cảm thấy lạc lối, tình yêu của mẹ, nhưng con chưa bao giờ không có phương hướng — bởi vì trái tim con biết nơi đâu là nhà, là tình yêu, và là bình yên. Và nó sẽ dẫn con đến đó, từng bước lặng lẽ, vững vàng, từng bước một.

THA THỨ KHÔNG PHẢI LÀ QUÊN ĐI

Tha thứ là một trong những món quà bị hiểu lầm nhiều nhất mà chúng ta có thể trao — không phải cho người khác, mà cho chính mình. Mọi người thường nói: "Hãy tha thứ và quên đi," như thể việc xóa bỏ quá khứ là mục tiêu. Nhưng sự thật là, tha thứ không phải là quên đi. Tha thứ là giải phóng trái tim con khỏi sức nặng của oán giận, tức giận, hay đau đớn, đồng thời vẫn giữ lại những bài học mà trải nghiệm đó đã dạy con.

Mẹ đã phải học điều này hết lần này đến lần khác. Có những người đã làm mẹ tổn thương sâu sắc — bằng lời nói, hành động, hoặc sự thờ ơ. Có những người thân trong gia đình khiến mẹ thất vọng, những người bạn bỏ rơi mẹ, những mối quan hệ làm mẹ tan vỡ. Và trong những khoảnh khắc đó, phản xạ đầu tiên là giận dữ, đau đớn, và mong muốn quên đi hoàn toàn — xóa bỏ ký ức, nỗi đau, và con người đã gây ra điều đó.

Nhưng quên đi không phải là điều có thể, cũng không phải là điều lành mạnh. Những trải nghiệm chúng ta chịu đựng định hình con người chúng ta. Chúng dạy ta về ranh giới, sự kiên cường, khả năng phân định, và sức mạnh. Chúng nhắc ta nhớ đến các giá trị của mình và làm rõ ta muốn ai hiện diện trong cuộc đời mình. Quên đi là xóa bỏ bằng chứng của sự sống sót, những bài học đã học, và sự trưởng thành đã đạt được.

Tha thứ, ngược lại, là một lựa chọn có ý thức. Đó là một lời tuyên bố rằng con sẽ không để hành động của người khác tiếp tục kiểm soát sự bình yên của con. Đó là nói rằng: "Con sẽ mang theo những bài học, nhưng con sẽ không mang theo gánh nặng của sự tức giận mãi mãi.” Tha thứ là vì con, không phải vì họ. Nó không bào chữa cho tổn hại. Nó không xóa bỏ những sai lầm. Nó không có nghĩa là con phải hòa giải, tin tưởng lại, hay mời ai đó quay trở lại cuộc đời mình. Nó chỉ đơn giản cho phép con sống mà không bị trói buộc vào những sai trái của họ.

Mẹ đã học rằng tha thứ là lặng lẽ, bền bỉ, và thường vô hình. Đó là buông bỏ thôi thúc trả đũa. Đó là chọn không diễn lại nỗi đau trong tâm trí mình vô tận. Đó là có thể nói về tổn thương mà không phải sống lại nó mỗi lần. Đó là giành lại sức mạnh của chính mình.

Khi con tha thứ, con không dung túng cho hành vi đó. Con không nói rằng nó là chấp nhận được. Con không tự nhủ rằng mình ổn với việc bị tổn thương. Con đang nói với chính mình rằng cuộc đời con, trái tim con, và sự bình yên của con quan trọng hơn sự kiểm soát mà hành động của người khác có đối với con.

Tha thứ không phải lúc nào cũng diễn ra nhanh chóng. Nó có thể mất nhiều năm. Nó có thể đòi hỏi nỗ lực lặp đi lặp lại, sự tự suy ngẫm, và lòng can đảm. Đôi khi, con tha thứ trong từng khoảnh khắc, rồi lại phải tha thứ thêm lần nữa, và nữa, và nữa. Và điều đó là ổn. Tha thứ không đi theo đường thẳng. Nó lộn xộn. Nó rất con người. Nhưng mỗi hành động tha thứ đều là một hành động của sức mạnh, tự do, và yêu thương bản thân.

Khi ai đó đã làm con tổn thương, hãy nhớ điều này:

Tha thứ là món quà con trao cho chính mình.

Tha thứ không có nghĩa là quên đi hay bào chữa.

Tha thứ không đòi hỏi sự hòa giải.

Tha thứ cho phép con chữa lành, trưởng thành, và bảo vệ trái tim mình.

Giữ chặt sự tức giận và oán giận có thể cảm thấy là chính đáng, nhưng nó giữ con bị ràng buộc với quá khứ. Tha thứ giải phóng con. Nó không xóa bỏ câu chuyện — nó thay đổi mối quan hệ của con với câu chuyện đó. Nó trao cho con sức mạnh để sống trọn vẹn, với sự khôn ngoan của trải nghiệm, và không mang theo những gánh nặng không cần thiết.

Mẹ muốn con mang theo sự thật này: tha thứ là tự do, không phải là xóa bỏ. Con được phép nhớ. Con được phép học hỏi. Con được phép đặt ra ranh giới. Và con được phép tha thứ, vì sự bình yên của chính con, trái tim của chính con, và sự trưởng thành của chính con.

Tha thứ không phải là quên đi. Đó là lựa chọn tôn trọng chính cuộc đời mình hơn nỗi đau đã được gây ra cho con. Và trong lựa chọn đó ẩn chứa một sức mạnh phi thường.

GÁNH NẶNG CỦA THIÊN CHỨC LÀM MẸ

Thiên chức làm mẹ là một tình yêu không gì sánh được, nhưng nó cũng là một gánh nặng đè lên từng thớ xương, kéo giãn trái tim, và thử thách giới hạn của con mỗi ngày. Nó không phải là một gánh nặng đáng xấu hổ, cũng không phải là một huy hiệu của sự hoàn hảo cần phải đạt được. Nó là một trách nhiệm sâu sắc được bao bọc trong niềm vui, sự kiệt sức, nỗi sợ, và lòng tận hiến mãnh liệt.

Từ khoảnh khắc đầu tiên mẹ bế con trong tay, mẹ đã cảm nhận được nó — gánh nặng ấy. Trách nhiệm giữ cho một con người khác được sống, được an toàn, và được yêu thương. Trách nhiệm không chỉ định hình một cuộc đời, mà còn định hình cả thế giới của một con người, cảm giác an toàn của họ, và niềm tin của họ vào tình yêu. Thiên chức làm mẹ đòi hỏi mọi thứ, đôi khi không có khoảng dừng, và không phải lúc nào cũng đi kèm với sự công nhận hay lòng biết ơn. Nó lặng lẽ, dai dẳng, và thường vô hình đối với thế giới bên ngoài.

Gánh nặng này không chỉ là thể chất. Nó là cảm xúc, tinh thần, và tâm linh. Đó là những đêm mất ngủ, những lo lắng không ngừng, sự hy sinh những nhu cầu của chính mình. Đó là nỗi sợ rằng con chưa làm đủ, cảm giác tội lỗi len lỏi khi con mệt mỏi hay bực bội, và những câu hỏi không hồi kết về việc liệu mỗi quyết định con đưa ra có đúng hay không. Thiên chức làm mẹ có thể khiến con cảm thấy như đang gánh cả thế giới trên vai, ngay cả khi con đang cố gắng hết sức.

Mẹ đã học được rằng gánh nặng của thiên chức làm mẹ không được sinh ra để nghiền nát con. Nó được sinh ra để dạy con sự kiên cường, sức mạnh, và lòng kiên nhẫn. Nó được sinh ra để cho con thấy trái tim con có thể làm được những gì. Nó được sinh ra để bộc lộ khả năng yêu thương một cách mãnh liệt, sâu sắc, và vô điều kiện — ngay cả khi thế giới dường như quá nặng nề để gánh vác.

Con sẽ đối diện với những khoảnh khắc nghi ngờ. Con sẽ tự hỏi liệu mình có đủ hay không. Con sẽ cảm nhận sự kiệt sức của những trách nhiệm không hồi kết đè nặng lên tinh thần mình. Con có thể cảm thấy cô đơn, ngay cả khi được bao quanh bởi những người quan tâm. Những cảm xúc này là bình thường. Chúng không có nghĩa là con đang thất bại. Chúng có nghĩa là con là con người, và con đang mang một gánh nặng mà chỉ có tình yêu mới có thể gánh nổi.

Và thế nhưng, bên trong gánh nặng này là vẻ đẹp. Mỗi thử thách, mỗi đêm mất ngủ, mỗi nỗi lo đều là một biểu hiện của sự quan tâm. Mỗi giọt nước mắt con rơi, mỗi sự hy sinh con thực hiện, mỗi hành động nuôi dưỡng thầm lặng đều là bằng chứng cho sức mạnh của con. Thiên chức làm mẹ không phải là sự hoàn hảo; nó là sự hiện diện. Nó là việc xuất hiện, ngày này qua ngày khác, với tình yêu, ngay cả khi điều đó khó khăn.

Mẹ đã học được rằng việc mang gánh nặng này đòi hỏi lòng trắc ẩn — cho các con, đúng vậy, nhưng cũng cho chính mình. Mẹ đã học được rằng mẹ được phép nghỉ ngơi, được phép hít thở, được phép xin giúp đỡ, và được phép chăm sóc trái tim của chính mình trong khi chăm sóc trái tim của các con. Mẹ đã học được rằng yêu thương bản thân không làm giảm tình yêu mẹ dành cho các con — nó làm tình yêu ấy mạnh mẽ hơn.

Gánh nặng của thiên chức làm mẹ là một nghịch lý. Nó nặng nề, nhưng nó nâng con lên. Nó đòi hỏi, nhưng nó dạy con sự kiên nhẫn và lòng biết ơn. Nó kiệt sức, nhưng nó bộc lộ một sức mạnh mà con chưa từng biết mình có. Nó không ngừng nghỉ, nhưng nó tạo ra những sợi dây gắn kết không thể phá vỡ.

Các con của mẹ, mẹ muốn các con biết rằng mỗi khoảnh khắc của gánh nặng này đều được mang bằng tình yêu. Mỗi thử thách, mỗi nỗi lo, mỗi sự hy sinh đều là vì các con. Và dù đôi khi nó có thể khiến mẹ choáng ngợp, đó là một gánh nặng mẹ mang một cách tự nguyện, mãnh liệt, và biết ơn — bởi vì đó là cái giá của tình yêu, thước đo của sự tận hiến, và bằng chứng của một trái tim sẽ luôn chọn các con.

Thiên chức làm mẹ không dễ dàng. Nó không nhẹ nhàng. Nhưng nó thiêng liêng, mang tính biến đổi, và là trải nghiệm mạnh mẽ nhất của cuộc đời. Và trong gánh nặng này, mẹ đã tìm thấy chiều sâu của chính lòng can đảm của mình, sức mạnh của chính trái tim mình, và khả năng yêu thương vô hạn.

Đây là gánh nặng của thiên chức làm mẹ — và đó là một gánh nặng xứng đáng để mang.

THẾ GIỚI SẼ CỐ LÀM CON TRỞ NÊN CHAI SẠN

Thế giới có cách riêng của nó để cố làm con trở nên chai sạn. Nó thì thầm rằng con phải cứng rắn, rằng sự mềm mại là yếu đuối, rằng cảm xúc là nguy hiểm, và rằng sự dễ tổn thương sẽ bị lợi dụng. Nó dạy con khoác áo giáp cho trái tim mình, nuốt nước mắt vào trong, thu nhỏ bản thân để vừa với kỳ vọng của người khác. Và trong một thời gian, điều đó có thể trông như là cách duy nhất để sinh tồn.

Mẹ đã từng cảm nhận áp lực phải làm mình trở nên chai sạn. Phải đè nén cảm xúc, che giấu sự nhạy cảm, chịu đựng trong im lặng. Phải hành xử như thể mình không bị ảnh hưởng, trong khi từng thớ sợi bên trong đều đau đớn. Xã hội, con người, và cả hoàn cảnh đều đòi hỏi mẹ phải mạnh mẽ — không phải theo cách lặng lẽ, kiên cường tạo nên lòng can đảm bền vững, mà theo cách khắc nghiệt, giòn vỡ khiến con cảm thấy bị cô lập, tê liệt, và đơn độc.

Nhưng mẹ đã học được một điều quan trọng: làm chai sạn trái tim không phải là sự bảo vệ — đó là một bộ áo giáp nặng nề kéo con xuống. Nó có thể che chắn con tạm thời, nhưng nó cũng chặn đứng niềm vui, tình yêu, và sự kết nối. Nó đẩy sự dịu dàng, lòng thấu cảm, và con người chân thật nhất của con ra xa. Nó thuyết phục con rằng con phải hy sinh sự mềm mại để đổi lấy sự an toàn, trong khi trên thực tế, sức mạnh thật sự nằm ở sự cân bằng — ở việc biết khi nào cần bảo vệ mình và khi nào nên giữ lòng mình rộng mở.

Thế giới sẽ thúc ép con ngừng mơ ước quá lớn, ngừng cảm nhận quá sâu, ngừng tin tưởng quá trọn vẹn. Nó sẽ nói với con rằng bộc lộ cảm xúc là nguy hiểm, rằng thể hiện bản thân là rủi ro, và rằng chăm sóc chính mình là ích kỷ. Và nếu con cho phép, nó sẽ thuyết phục con thu mình lại, khép kín, làm tê liệt trái tim mình. Nhưng đó không phải là cuộc đời mà con được sinh ra để sống.

Mẹ đã học rằng lòng can đảm không nằm ở việc trở nên lạnh lùng. Sức mạnh không nằm ở sự im lặng. Sự kiên cường không nằm ở việc tự đóng lại. Quyền năng thực sự nằm ở việc bước đi qua cuộc đời với một trái tim rộng mở — đủ mềm để cảm nhận, nhưng đủ mạnh để chịu đựng. Đủ mạnh để bảo vệ, đủ mềm để yêu thương. Đủ mạnh để đặt ra ranh giới, đủ mềm để tha thứ. Đủ mạnh để sinh tồn, đủ mềm để hy vọng.

Thế giới sẽ cố làm con trở nên chai sạn — nhưng con có quyền quyết định liệu con có cho phép điều đó hay không. Con có quyền chọn sự mềm mại, lòng trắc ẩn, và sự cởi mở, ngay cả khi đối diện với thất vọng, phản bội, hay gian khó. Con có quyền chọn yêu thương, tin tưởng, khóc, và cảm nhận. Con có quyền tôn trọng cảm xúc của mình thay vì phớt lờ chúng. Con có quyền nuôi dưỡng trái tim mình thay vì xây những bức tường xung quanh nó.

Sự cứng rắn thì nặng nề. Sự mềm mại thì giải phóng.

Sự cứng rắn thì cô lập. Sự mềm mại thì kết nối.

Sự cứng rắn thì sinh tồn — nhưng sự mềm mại thì thăng hoa.

Mẹ muốn con nhớ điều này mỗi khi cuộc sống ép con quá mức, mỗi khi ai đó nghi ngờ con, mỗi khi thế giới trở nên lạnh lẽo và không khoan nhượng: sự mềm mại của con chính là sức mạnh của con. Lòng trắc ẩn của con là quyền năng của con. Trái tim con là lòng can đảm của con. Thế giới có thể cố làm con trở nên cứng rắn, nhưng con được sinh ra để giữ mình trọn vẹn — dịu dàng, yêu thương, và kiên cường.

Đừng để thế giới làm con trở nên chai sạn. Hãy bảo vệ trái tim mình một cách mãnh liệt, nhưng đừng khép kín nó. Hãy đứng vững, giữ sự mềm mại, và để sự cởi mở của con trở thành sức mạnh lặng lẽ biến đổi cuộc đời con và cuộc đời của những người con chạm đến.

Bởi vì sự mềm mại không phải là yếu đuối.

Sự mềm mại là sinh tồn.

Sự mềm mại là tình yêu.

Và sự mềm mại — trong một thế giới luôn cố làm con trở nên chai sạn — là một cuộc cách mạng.

HÃY TIN VÀO TIẾNG NÓI BÊN TRONG CON

Bên trong con có một tiếng nói lặng lẽ, một sự hiện diện vững vàng biết nhiều hơn những gì đôi khi tâm trí con cho phép. Nó tinh tế, thường bị lấn át bởi ồn ào của thế giới, bởi kỳ vọng của người khác, và bởi áp lực phải hòa nhập. Nhưng nó luôn ở đó, không ngừng dẫn dắt con — tiếng nói bên trong con, trực giác của con, con người chân thật nhất của con đang cất lời giữa hỗn loạn.

Mẹ muốn con hiểu điều này thật rõ ràng: tiếng nói bên trong con không bao giờ sai. Nó có thể bị phớt lờ, bị nghi ngờ, hay bị gạt đi, nhưng nó luôn bắt rễ từ sự thật của con. Nó biết khi nào điều gì đó không an toàn, khi nào một quyết định là đúng, khi nào một con người không đáng tin, và khi nào một con đường phù hợp với con người mà con được sinh ra để trở thành. Nó là chiếc la bàn sẽ dẫn con đi qua những bất định của cuộc sống, nếu con sẵn sàng lắng nghe.

Mẹ đã học cách tin vào tiếng nói của mình qua cả đau lòng lẫn chiến thắng. Đã có những lần mẹ phớt lờ nó — chọn điều người khác mong đợi, kìm nén cảm xúc của mình, đi theo con đường "an toàn" — và điều đó dẫn mẹ đến sự mơ hồ, đau đớn, và thất vọng. Cũng có những lần mẹ tôn trọng nó — chọn lòng can đảm thay vì sự thoải mái, nói ra sự thật của mình, rời xa những gì không còn phục vụ mẹ nữa — và điều đó dẫn mẹ đến sự rõ ràng, tự do, và lòng tự trọng. Sự khác biệt luôn nằm ở việc mẹ có lắng nghe hay không.

Tin vào tiếng nói bên trong con không phải lúc nào cũng dễ dàng. Nó có thể mâu thuẫn với logic, với lời khuyên từ những người con yêu thương, hoặc với kỳ vọng của xã hội. Nó có thể lặng lẽ khi tâm trí con ồn ào, tinh tế khi trái tim con bồn chồn. Nó có thể đòi hỏi lòng can đảm để đi theo, bởi vì làm như vậy thường đồng nghĩa với việc bước vào điều chưa biết, đứng một mình, hoặc đưa ra những lựa chọn mà người khác không hiểu. Nhưng đó luôn là con đường dẫn đến sự chân thật và sự hòa hợp với chính con.

Tiếng nói bên trong con sẽ dẫn dắt con trong các mối quan hệ — thì thầm khi tình yêu của ai đó không chân thành, khi ranh giới là cần thiết, hoặc khi một trái tim không tương xứng với trái tim con. Nó sẽ dẫn dắt con trong công việc — khẽ đẩy con về phía những gì nuôi dưỡng tinh thần con, ngay cả khi tính thực tế gây áp lực theo hướng khác. Nó sẽ dẫn dắt con trong cuộc sống — giúp con đưa ra những lựa chọn bảo vệ sự bình yên của con, tôn trọng các giá trị của con, và nuôi dưỡng sự trưởng thành của con.

Mẹ muốn con nhớ điều này: trực giác của con là một món quà, không phải là gánh nặng. Nó sẽ không bao giờ đẩy con về phía tổn hại. Nó sẽ không bao giờ yêu cầu con phản bội chính mình. Nó sẽ luôn lên tiếng vì điều tốt đẹp nhất cho con, ngay cả khi điều đó khó nghe. Và càng tôn trọng nó, nó càng trở nên mạnh mẽ, cho đến khi trở thành một chiếc la bàn đáng tin cậy trong mọi khía cạnh của cuộc đời con.

Đôi khi, tin vào nó có nghĩa là rời đi khi việc ở lại thật cám dỗ. Đôi khi, đó là nói ra sự thật của con khi im lặng có vẻ an toàn hơn. Đôi khi, đó là chọn chính mình khi thế giới bảo con phải hy sinh. Và đôi khi, nó đơn giản chỉ là dừng lại, lắng nghe, và thừa nhận điều mà trái tim con đã biết từ trước.

Thế giới thì ồn ào. Ý kiến, lời khuyên, kỳ vọng, và áp lực luôn hiện diện. Nhưng tiếng nói bên trong con thì lặng lẽ hơn tất cả những điều đó. Nó kiên nhẫn, vững vàng, và luôn sẵn sàng. Hãy học cách nhận ra những lời thì thầm của nó. Hãy học cách phân biệt giữa nỗi sợ và trực giác. Hãy học cách phản hồi, thay vì phản ứng.

Tin vào tiếng nói bên trong con là hành động tự trọng tối thượng. Đó là lựa chọn tôn vinh sự khôn ngoan của chính con, ngay cả khi không ai khác hiểu. Đó là nền tảng cho mọi quyết định, mọi ranh giới, và mọi bước đi hướng đến một cuộc sống phù hợp với con người con thực sự là.

Hãy lắng nghe thật kỹ, tình yêu của mẹ.

Nó có thể lặng lẽ, nhưng đầy sức mạnh.

Nó có thể tinh tế, nhưng không lay chuyển.

Nó có thể dịu dàng, nhưng luôn đúng.

Hãy tin vào tiếng nói bên trong con. Nó sẽ không bao giờ dẫn con lạc lối.

NỖI ĐAU MẤT MÁT, SỰ THAY ĐỔI VÀ VIỆC BUÔNG BỎ

Nỗi đau mất mát là một người bạn đồng hành lặng lẽ nhưng dai dẳng trong cuộc sống. Nó không chỉ đến khi ta mất đi con người, mà còn khi ta mất đi những điều từng quen thuộc, từng an toàn, từng chắc chắn. Nỗi đau đến khi mọi thứ thay đổi, khi cuộc đời chuyển hướng, khi những giấc mơ tan biến hoặc tiến hóa. Nó không phải lúc nào cũng ồn ào; đôi khi nó chỉ là một lời thì thầm, một cảm giác nặng nề trong lồng ngực, một cơn nhức nhối bồn chồn không chịu bị phớt lờ.

Có những tình yêu không bao giờ nới lỏng sự níu giữ của mình, ngay cả khi cái chết cố gắng mang chúng đi. Tình yêu của mẹ dành cho bà ngoại là như thế. Bà không chỉ là người mẹ yêu thương — bà là người đã định hình mẹ, làm mẹ trở nên dịu dàng hơn, và lặng lẽ dạy mẹ cách chịu đựng.

Bà có cách khiến người khác cảm thấy an toàn mà không cần nói nhiều. Chỉ riêng sự hiện diện của bà đã là đủ. Bà thể hiện tình yêu qua sự kiên nhẫn, qua sự nhất quán, qua việc đơn giản là luôn ở đó. Rất nhiều con người mẹ hôm nay — cách mẹ quan tâm, cách mẹ níu giữ, cách mẹ yêu thương sâu sắc — đều bắt nguồn từ bà.

Khi bà qua đời, thế giới dường như trở nên mỏng manh hơn. Như thể một lớp bảo vệ đã bị lột bỏ. Nhưng mẹ chưa bao giờ tin rằng bà thực sự rời đi. Mẹ tin rằng bà đang dõi theo mẹ. Mẹ cảm nhận được bà trong những khoảnh khắc mẹ gần như gục ngã nhưng vẫn somehow đứng vững. Mẹ cảm nhận được bà khi mẹ chọn lòng tử tế thay vì cay đắng. Mẹ cảm nhận được bà khi mẹ làm mẹ các con bằng sự dịu dàng, ngay cả trong những ngày kiệt sức.

Vài tuần trước, bà đã đến với mẹ trong một giấc mơ.

Bà đang mỉm cười. Không phải nụ cười xã giao, mà là nụ cười ấm áp, thấu hiểu — kiểu nụ cười nói rằng *bà thấy con*, và *con đang làm ổn*. Bà ôm mẹ, ôm theo cách bà vẫn luôn làm, như thể thời gian chưa từng trôi qua. Rồi bà cũng ôm con gái lớn của mẹ. Nhìn họ bên nhau cảm giác như điều gì đó thiêng liêng, như một lời chúc phúc được trao đi một cách lặng lẽ.

Không lâu sau đó, ngôi nhà gia đình của mẹ bị cháy rụi.

Có người sẽ nói đó chỉ là sự trùng hợp. Nhưng nỗi đau mất mát đã dạy mẹ rằng cuộc sống nói bằng biểu tượng khi lời nói là chưa đủ. Giấc mơ ấy giống như một lời tạm biệt và một sự trấn an cùng lúc. Như thể bà đến để nhắc mẹ rằng ngay cả khi mọi thứ quen thuộc đều mất đi, tình yêu thì không. Ngay cả khi những ngôi nhà biến mất, chúng ta vẫn được ôm ấp. Ngay cả khi lửa lấy đi những gì ta xây dựng, nó cũng không thể chạm đến những gì đã định hình ta.

Ngôi nhà đã không còn. Bà đã không còn. Và thế nhưng — cả hai đều không thực sự vắng mặt.

Bởi vì tình yêu như tình yêu của bà không biến mất. Nó sống trong ký ức, trong giấc mơ, trong bản năng. Nó sống trong cách mẹ tiếp tục bước đi. Và khi mẹ nhìn các con, mẹ biết bà vẫn đang ở đây — dõi theo, mỉm cười, và bước bên mẹ theo những cách lặng lẽ mà chỉ tình yêu mới có thể.

Mẹ muốn các con hiểu điều này: nỗi đau mất mát không phải là điều để vội vã. Nó không phải là thứ để "vượt qua." Nó là một quá trình, một người thầy, một người bạn đồng hành cần thiết trên con đường của sự thay đổi. Mỗi giọt nước mắt, mỗi cơn nhói buồn, mỗi đêm thức trắng hồi tưởng về những gì đã từng, đều là một bước tiến về phía chấp nhận. Mỗi khoảnh khắc khao khát là bằng chứng cho chiều sâu của trái tim con.

Sự thay đổi thường theo sau nỗi đau mất mát. Cuộc sống không bao giờ đứng yên. Con người rời đi, hoàn cảnh chuyển dịch, cơ hội biến mất hoặc xuất hiện bất ngờ. Ngôi nhà con từng biết có thể không còn tồn tại. Những mối quan hệ con từng dựa vào có thể không còn vững chắc. Con người con từng là có thể không còn phù hợp với cuộc sống con đang sống. Sự thay đổi có thể khiến con sợ hãi vì nó tước đi sự quen thuộc, và cùng với đó là cảm giác an toàn của thói quen và tính dự đoán.

Và thế nhưng, sự thay đổi cũng là sự trưởng thành. Trong mỗi kết thúc, đều có hạt mầm của điều gì đó mới mẻ. Trong mỗi mất mát, đều có khả năng tái khám phá. Trong nỗi đau, có một lời mời gọi sống cuộc đời theo một cách khác — tôn vinh những gì đã qua, và tạo không gian cho những gì sắp đến. Sự thay đổi không phải là kẻ thù; nó là cách cuộc sống cho ta thấy rằng ta có khả năng tiến hóa, thích nghi, và sống sót với sự duyên dáng.

Buông bỏ là phần khó khăn nhất. Đó là lựa chọn thả lỏng những gì con không thể kiểm soát, những gì không còn phục vụ con, hoặc những gì không thể ở lại. Buông bỏ không có nghĩa là quên đi, giả vờ, hay xem nhẹ cảm xúc của mình. Nó không có nghĩa là xóa bỏ tình yêu, ký ức, hay những bài học. Nó có nghĩa là làm hòa với sự thật rằng có những điều thuộc về quá khứ, và năng lượng của con nên được dành cho hiện tại và tương lai.

Mẹ đã học rằng níu giữ những gì đã thay đổi chỉ kéo dài khổ đau. Níu giữ oán giận, tội lỗi, hay hy vọng sai lầm sẽ trói buộc trái tim con vào nỗi đau. Buông bỏ, ngay cả khi đáng sợ, ngay cả khi tưởng chừng không thể, là sự giải phóng. Đó là món quà con trao cho chính mình: cho phép bản thân được thở, được chữa lành, và tiếp tục sống trọn vẹn.

Nỗi đau mất mát, sự thay đổi, và việc buông bỏ đan xen vào nhau. Nỗi đau yêu cầu con cảm nhận. Sự thay đổi yêu cầu con thích nghi. Việc buông bỏ yêu cầu con tin tưởng. Và cùng nhau, chúng dạy con sự kiên cường, lòng can đảm, và khả năng hy vọng ngay cả sau tan vỡ. Chúng nhắc con rằng cuộc sống không đứng yên, rằng không có gì tồn tại mãi mãi, và rằng mỗi kết thúc đều mang trong mình khả năng của một khởi đầu.

Con được phép đau buồn. Con được phép chông chênh giữa những đổi thay. Con được phép cảm thấy không chắc chắn khi buông bỏ. Những khoảnh khắc này không phải là yếu đuối — chúng là bằng chứng rằng con đang sống, rằng con quan tâm, và rằng trái tim con đang mở ra với sự đầy đủ của cuộc đời, ngay cả khi nó đau đớn.

Khi con đau buồn, hãy cho phép mình cảm nhận.

Khi cuộc sống thay đổi, hãy cho phép mình thích nghi.

Khi đến lúc buông bỏ, hãy cho phép mình thả ra.

Trong nỗi đau, có tình yêu.

Trong sự thay đổi, có sự trưởng thành.

Trong việc buông bỏ, có tự do.

Và xuyên suốt tất cả, con sẽ thấy mình mạnh mẽ hơn, khôn ngoan hơn, và có khả năng đón nhận cuộc đời mà con được sinh ra để sống — một cuộc đời tôn vinh quá khứ, sống trọn vẹn trong hiện tại, và hướng về phía trước với lòng can đảm và hy vọng.

Nỗi đau mất mát, sự thay đổi, và việc buông bỏ không phải là hồi kết của câu chuyện đời con. Chúng là những chương trong một cuộc đời vẫn tiếp diễn, kiên cường và không gục ngã, sẵn sàng cho những gì đến tiếp theo.

CON KHÔNG NỢ AI NỖI ĐAU CỦA MÌNH

Có một sự thật lặng lẽ nhưng nặng nề mà thế giới không thường dạy ta: con không nợ ai nỗi đau của mình. Con không nợ bạn bè, gia đình, người yêu, đồng nghiệp, hay thậm chí là người xa lạ. Nỗi đau, những cuộc vật lộn, những vết sẹo của con — chúng là của con, không phải là thứ tiền tệ để đem đổi lấy sự chấp thuận hay sự thoải mái của người khác.

Mẹ đã dành phần lớn cuộc đời mình để tin vào điều ngược lại. Mẹ nghĩ rằng chịu đựng trong im lặng, gánh vác mọi thứ một mình, và hy sinh sự bình yên của bản thân là một hình thức trung thành hay yêu thương. Mẹ nghĩ rằng thể hiện sự yếu đuối hay thừa nhận khó khăn sẽ làm gánh nặng cho người khác, nên mẹ nuốt nó vào trong. Mẹ mang nó như thể đó là nghĩa vụ của mình, như thể nỗi đau của mẹ bằng cách nào đó phải phục vụ người khác. Và tất cả những gì nó làm là đè nặng lên mẹ, khiến mẹ xa rời chính mình, và làm cuộc sống của mẹ nặng nề hơn mức cần thiết.

Con được phép cảm nhận. Con được phép vật lộn. Con được phép gục ngã. Và con không bắt buộc phải giải thích, biện minh, hay trao điều đó cho bất kỳ ai khác. Nỗi đau của con không phải là bài học của họ, không phải là câu chuyện của họ, cũng không phải là trách nhiệm của họ. Con không cần phải làm cho người khác cảm thấy dễ chịu bằng cái giá của trái tim mình.

Sẽ có những người đòi hỏi nỗi đau của con. Họ có thể yêu cầu thời gian, năng lượng, và lao động cảm xúc của con. Họ có thể mong con hy sinh bản thân một cách vô tận trong khi cuộc sống của họ vẫn tiếp diễn không gián đoạn. Con không phải tuân theo. Nói không, bước đi, đặt ra ranh giới, và bảo vệ sự an lành của mình không phải là ích kỷ — đó là sinh tồn. Đó là tự trọng. Đó là một hành động của lòng can đảm.

Nỗi đau của con là của con để cảm nhận, xử lý, và chữa lành. Con có thể chia sẻ nó với những người biết giữ không gian cho con, với những người lắng nghe mà không phán xét, với những người hiểu rằng việc ôm giữ nỗi đau của con không ràng buộc con phải làm họ hài lòng. Nhưng con không có nghĩa vụ trao nó cho những người không thể, không muốn, hoặc không nên mang vác nó.

Mẹ đã học được rằng giữ nỗi đau của mình cho riêng mình không làm nó trở nên vô nghĩa. Nó không làm con yếu đuối. Nó làm con khôn ngoan. Nó dạy con về ranh giới. Nó dạy con sự kiên cường. Nó dạy con rằng cuộc đời con, trái tim con, và năng lượng của con thuộc về con trước tiên.

Khi con nhớ được sự thật này, mọi thứ sẽ thay đổi. Con ngừng xin lỗi vì cảm xúc của mình. Con ngừng giải thích sự kiệt sức, nỗi buồn, hay nỗi sợ của mình. Con ngừng để kỳ vọng của người khác quyết định kích thước trái tim con hay độ sâu của những cuộc vật lộn của con. Con bắt đầu làm chủ cuộc đời mình — trọn vẹn, không cảm giác tội lỗi, không thỏa hiệp, và không đánh đổi sự bình yên của mình.

Con không nợ ai nỗi đau của mình. Không phải cha mẹ, không phải con cái, không phải bạn bè, không phải người bạn đời. Con không nợ nó cho bất kỳ ai chưa chứng minh được rằng họ có thể giữ lấy nó mà không làm tổn thương con đổi lại. Con không nợ nó cho bất kỳ ai sẽ hạ thấp, phán xét, hay khai thác nỗi đau của con.

Nỗi đau của con là có thật. Những cuộc vật lộn của con là có thật. Sự chữa lành của con là cần thiết. Nhưng quyền sở hữu nỗi đau đó chỉ thuộc về con. Hãy bảo vệ nó. Tôn trọng nó. Trân quý nó. Và khi đến lúc chia sẻ, hãy chia sẻ một cách khôn ngoan, với những người có khả năng ôm giữ nó bằng tình yêu và sự chăm sóc.

Cuộc đời con không phải là một cuốn sổ cái cho sự thoải mái của người khác. Trái tim con không phải là công cụ cho sự thấu hiểu của họ. Những cuộc vật lộn của con không phải là một món nợ. Chúng là một phần của hành trình của con, và con được phép bước đi trên hành trình ấy theo những điều kiện của riêng mình.

Con không nợ ai nỗi đau của mình.

Con nợ chính mình sự bình yên.

Con nợ chính mình tình yêu.

Con nợ chính mình quyền tự do để sống, để cảm nhận, và để chữa lành — không tội lỗi, không xin lỗi, và không thỏa hiệp.

Đây không phải là ích kỷ.

Đây là sinh tồn.

Đây là lòng can đảm.

Đây là sự tự trọng.

Và trong sự thật ấy là sự giải phóng.

CHO NHỮNG NGÀY MẸ KHÔNG THỂ BƯỚC ĐI BÊN CON

Sẽ có những ngày mẹ không thể bước đi bên con.

Không phải vì mẹ không muốn.

Không phải vì mẹ đã ngừng yêu con.

Mà bởi vì cuộc đời sẽ yêu cầu con phải tự bước đi, và yêu con có nghĩa là để con làm điều đó.

Chương này tồn tại cho những ngày ấy.

Cho những ngày con nhìn quanh và nhận ra không có ai đưa tay ra nắm lấy tay con.

Cho những ngày con cảm thấy quá trẻ, quá mệt mỏi, quá tan vỡ, hay quá hoang mang để tiếp tục bước đi. Cho những ngày thế giới ồn ào hơn lòng can đảm của con và nặng nề hơn trái tim con.

Vào những ngày ấy, mẹ muốn con vẫn nghe thấy mẹ.

Mẹ muốn con biết rằng ngay cả khi mẹ không ở bên con về mặt thể xác, mẹ vẫn được dệt nên trong con. Trong bản năng của con. Trong sự kiên cường của con. Trong cách con tiếp tục bước đi ngay cả khi con sợ hãi. Con không học được sức mạnh một cách ngẫu nhiên — con học nó bằng cách nhìn mẹ đứng dậy mỗi khi cuộc đời quật ngã mẹ. Con học nó bằng cách sống sót trong những không gian nơi tình yêu có điều kiện mà vẫn chọn lòng tử tế. Con học nó bằng cách được yêu một cách mãnh liệt, dù không hoàn hảo.

Sẽ có những khoảnh khắc con cảm thấy bị cuộc đời bỏ rơi. Khi con người rời đi. Khi kế hoạch sụp đổ. Khi câu trả lời không đến. Khi sự im lặng lớn đến mức không thể chịu đựng. Trong những khoảnh khắc đó, con có thể nghĩ rằng mình đang một mình. Con không phải vậy. Con đang mang theo tất cả những gì mẹ từng cố gắng dạy con. Dù bà ngoại của mẹ đã không còn, những bài học của bà vẫn theo mẹ, và mẹ hy vọng con cũng mang theo chúng — rằng tình yêu không biến mất, nó chỉ thay đổi hình dạng.

Khi con nghi ngờ chính mình, hãy nhớ điều này: Con đến từ một người đã tiếp tục bước đi ngay cả khi đau đớn. Một người đã yêu ngay cả khi không được yêu lại. Một người đã đứng một mình và vẫn chọn sự mềm mại.

Khi con cảm thấy mình không đáng được yêu, hãy nhớ con đã được mong đợi sâu sắc đến nhường nào. Khi con cảm thấy yếu đuối, hãy nhớ con đã sống sót qua bao nhiêu điều rồi. Khi con cảm thấy lạc lối, hãy nhớ rằng lạc lối có nghĩa là con vẫn đang tìm kiếm — và điều đó cần đến lòng can đảm.

Mẹ sẽ không phải lúc nào cũng ở đó để bảo vệ con khỏi nỗi đau. Sự thật ấy làm trái tim mẹ tan vỡ hơn mẹ có thể diễn tả. Nhưng mẹ hứa với con điều này: mẹ đã chuẩn bị cho con. Không phải cho một cuộc đời hoàn hảo — mà cho một cuộc đời thật. Một cuộc đời nơi con biết cách tự xoa dịu mình. Một cuộc đời nơi con biết khi nào nên rời đi. Một cuộc đời nơi con tin vào tiếng nói bên trong mình. Một cuộc đời nơi con hiểu rằng tình yêu không nên đánh đổi phẩm giá của con.

Nếu có một ngày con cảm thấy như không ai nhìn thấy con, hãy đọc chậm rãi những dòng này:

Mẹ thấy con.

Mẹ luôn thấy con.

Và mẹ sẽ luôn luôn thấy con.

Nếu có một ngày con cảm thấy muốn bỏ cuộc, hãy dừng lại. Hít thở. Ở lại. Thế giới vẫn chưa thấy được phiên bản tốt đẹp nhất của con. Chương con đang ở không phải là kết thúc — mà là sự trở thành.

Và nếu có một ngày mẹ không còn ở đây để nhắc con nhớ con là ai, hãy để cuốn sách này làm điều đó thay mẹ. Hãy để những lời này ôm lấy con. Hãy để chúng thì thầm những gì mẹ sẽ nói nếu mẹ đang đứng ngay bên con:

Con là đủ đầy.

Con được yêu thương vô điều kiện.

Con mạnh mẽ hơn con nghĩ.

Con chưa bao giờ bước đi một mình — ngay cả khi nó có cảm giác như vậy.

Cho những ngày mẹ không thể bước đi bên con, mẹ để lại cho con điều này: sự thật của mẹ, tình yêu của mẹ, tiếng nói của mẹ trên từng trang giấy.

Hãy mang nó theo con.

Hãy quay về với nó khi con quên mất.

Và hãy tiếp tục bước đi — một cách dũng cảm, dịu dàng, trọn vẹn — vào cuộc đời đang chờ đón con.

NHỮNG ĐIỀU MẸ MONG CHO CUỘC ĐỜI CON

Hơn bất cứ điều gì mẹ có thể trao cho con, mẹ mong con có một cuộc đời mang cảm giác thuộc về chính con. Không phải một cuộc đời được định hình bởi nỗi sợ, nghĩa vụ, hay nhu cầu làm hài lòng người khác, mà là một cuộc đời được xây dựng chậm rãi, có chủ đích, và can đảm quanh con người con thực sự là. Mẹ mong con thức dậy vào phần lớn những ngày với cảm giác hòa hợp với chính mình — ngay cả khi cuộc sống không hoàn hảo, ngay cả khi con đường phía trước chưa rõ ràng.

Mẹ mong con biết đến sự bình yên. Không phải là sự vắng mặt của đấu tranh, mà là sự hiện diện của sự vững vàng bên trong con. Mẹ mong con học được cách làm dịu những cơn bão của chính mình, cách ngồi cùng cảm xúc mà không bị chúng điều khiển, và cách quay về với bản thân khi thế giới kéo con đi theo quá nhiều hướng. Mẹ mong con không bao giờ nhầm lẫn hỗn loạn với đam mê hay đau khổ với tình yêu.

Mẹ mong con được yêu — một cách sâu sắc, an toàn, và chân thành. Mẹ mong con trải nghiệm một tình yêu không khiến con phải thu mình, nghi ngờ, hay van xin. Một tình yêu chọn con bằng hành động, không chỉ bằng lời nói. Một tình yêu tôn trọng ranh giới của con, tôn vinh sự trưởng thành của con, và đứng bên con trong cả niềm vui lẫn gian khó. Và nếu một ngày tình yêu ấy rời đi, mẹ mong con không bao giờ tin rằng đó là vì con không đủ.

Mẹ mong con tin vào chính mình. Vào bản năng của con. Vào tiếng nói bên trong con. Vào sự thấu biết của con. Mẹ mong con lắng nghe khi điều gì đó có cảm giác không ổn và tôn trọng nó khi điều gì đó có cảm giác đúng. Mẹ mong con không bao giờ làm im lặng chính mình để giữ hòa khí hay phản bội các giá trị của mình chỉ để được thuộc về. Mong con luôn chọn sự liêm chính thay vì sự chấp thuận.

Mẹ mong con tìm được công việc nuôi dưỡng con mà không nuốt chửng con. Một công việc cho phép con sống, không chỉ là tồn tại. Mẹ mong con hiểu rằng giá trị của con không gắn liền với năng suất hay thành công, và rằng nghỉ ngơi không phải là lười biếng — đó là điều cần thiết. Mong con luôn biết khi nào cần tiến lên và khi nào cần dừng lại.

Mẹ mong con dịu dàng với cơ thể mình. Mong con nhìn nó như một người đồng hành, không phải kẻ thù. Mong con nuôi dưỡng nó, vận động nó, cho nó nghỉ ngơi, và nói với nó bằng sự tử tế. Mẹ mong con không bao giờ trừng phạt nó vì đã mang con đi qua những mùa khó khăn. Cơ thể con luôn đứng về phía con.

Mẹ mong con giữ trái tim mình mềm mại trong một thế giới sẽ cố làm con trở nên chai sạn. Mẹ mong con chọn lòng tử tế — đặc biệt là với chính mình. Mẹ mong con cho phép mình cảm nhận sâu sắc, khóc một cách tự do, và yêu thương một cách cởi mở, ngay cả khi điều đó làm con sợ hãi. Mong sự mềm mại của con luôn là nguồn sức mạnh, không phải là điều đáng xấu hổ.

Mẹ mong con biết rằng đứng một mình không có nghĩa là trống rỗng. Rằng ngay cả khi sự hỗ trợ từ gia đình thiếu vắng hay tình bạn ít ỏi, con vẫn trọn vẹn, vẫn xứng đáng, vẫn vô cùng quý giá. Mẹ mong con học được cách tạo dựng mái nhà ở bất cứ đâu — bên trong chính mình, trong những con người con chọn, và trong cuộc đời con xây dựng.

Mẹ mong con biết tha thứ, nhưng không bao giờ quên giá

trị của mình. Mẹ mong con buông bỏ những gì làm con đau mà không mở lại những cánh cửa đã đánh đổi sự bình yên của con. Mẹ mong con hiểu rằng sự chữa lành không đi theo đường thẳng, và rằng những bước lùi không xóa bỏ tiến trình.

Và khi con cảm thấy lạc lối — bởi vì con sẽ có lúc như vậy — mẹ mong con nhớ rằng lạc lối thường có nghĩa là con đang trở thành. Rằng sự bất định không phải là thất bại, mà là sự chuyển tiếp. Rằng ngay cả trong những ngày khó khăn nhất, con vẫn đang tiến về phía trước.

Trên tất cả, mẹ mong con sống một cách can đảm. Không phải ồn ào hay hoàn hảo, mà là chân thật. Mẹ mong con chọn một cuộc đời có cảm giác đúng với mình, ngay cả khi nó trông khác với những gì người khác mong đợi. Và nếu có lúc con nghi ngờ mình được yêu sâu sắc đến nhường nào, hãy nhớ điều này:

Con là hy vọng lớn nhất của mẹ ngay từ khoảnh khắc con đến với cuộc đời này.

Con là lời cầu nguyện sâu thẳm nhất của mẹ mỗi ngày kể từ đó.

Đây là những điều mẹ mong cho cuộc đời con — không phải sự hoàn hảo, không phải sự dễ dàng, mà là ý nghĩa, tình yêu, lòng can đảm, và sự bình yên. Và dù con đường của con dẫn đến đâu, hãy biết rằng tình yêu của mẹ luôn bước đi cùng con, mãi mãi.

KHI CON ĐỌC NHỮNG DÒNG NÀY KHI ĐÃ TRƯỞNG THÀNH

Nếu con đang đọc những dòng này bây giờ, điều đó có nghĩa là thời gian đã trôi qua. Điều đó có nghĩa là con đã lớn lên, thay đổi, vấp ngã, chữa lành, và sống nhiều hơn những gì mẹ có thể từng chứng kiến kể từ khoảnh khắc đầu tiên mẹ bế con trong tay. Điều đó có nghĩa là con không còn là đứa trẻ nhỏ bé mà mẹ từng ngắm nhìn khi con ngủ, đứa trẻ mà mẹ kiểm tra nhịp thở trong bóng tối chỉ để chắc chắn rằng con vẫn an toàn. Điều đó có nghĩa là con đã trở thành chính con người của mình.

Và mẹ muốn con dừng lại một chút.

Hít thở.

Hãy để những lời này chạm đến con ở nơi con đang đứng.

Nếu cuộc đời đã đối xử dịu dàng với con, mẹ biết ơn hơn bất cứ lời nào có thể nói. Nếu cuộc đời đã khắc nghiệt, xin con hãy biết rằng mẹ đau lòng sâu sắc đến nhường nào vì con đã từng phải mang theo nỗi đau. Mẹ không thể bảo vệ con khỏi tất cả mọi điều — và sự thật ấy vẫn nhói đau ở những nơi mẹ không có ngôn ngữ để diễn tả. Nhưng mẹ đã yêu con bằng tất cả những gì mẹ có. Mẹ yêu con theo những cách lặng lẽ, những cách kiệt sức, những cách không hoàn hảo. Mẹ yêu con một cách mãnh liệt, ngay cả khi mẹ sợ hãi.

Khi đã trưởng thành, con có thể nhìn mẹ khác đi bây giờ. Con có thể nhận ra những khiếm khuyết, những cuộc vật lộn, những giới hạn của mẹ. Con có thể hiểu được gánh nặng mẹ mang, những lựa chọn mẹ đã đưa ra, những khoảnh khắc mẹ làm chưa đúng. Mẹ mong khi con nhìn thấy những điều đó, con nhìn chúng bằng lòng trắc ẩn. Mẹ đã vừa học hỏi vừa dẫn dắt, vừa chữa lành vừa ôm giữ con, vừa sinh tồn vừa cố gắng trao cho con nhiều hơn những gì mẹ từng có.

Nếu con từng tự hỏi liệu mình có được mong muốn hay không, hãy để mẹ trả lời con ngay bây giờ: con đã được mong muốn nhiều hơn bất kỳ lời nào có thể diễn tả. Nếu con từng cảm thấy mình phải lớn lên quá nhanh, mẹ ước gì có thể lấy điều đó khỏi con. Nếu con từng cảm thấy cô đơn, xin con hãy biết rằng mẹ chưa bao giờ ngừng giữ con trong trái tim mình — dù chỉ một giây.

Đến lúc này, có lẽ con đã biết đến tan vỡ, thất vọng, và mất mát. Có lẽ con đã từng yêu một người không thể ở lại, tin tưởng một người đã làm con thất vọng, hoặc tin vào một điều không trở thành sự thật. Nếu những trải nghiệm đó đã làm con chai sạn dù chỉ một chút, mẹ mong con sẽ tìm được đường quay về với sự mềm mại. Thế giới cần sự dịu dàng của con nhiều hơn là bộ áo giáp của con.

Nếu bây giờ con mạnh mẽ, xin hãy nhớ rằng con không trở thành như vậy một cách ngẫu nhiên. Con đã học được sự kiên cường trong những căn phòng lặng lẽ. Con đã học được lòng can đảm trong những khoảnh khắc không có ai cổ vũ. Con đã học cách đứng vững bởi vì con đã nhìn mẹ đứng vững — ngay cả khi đôi chân mẹ run rẩy.

Và nếu con vẫn đang tìm hiểu mọi thứ, điều đó cũng không sao cả. Trưởng thành không có nghĩa là đã hoàn tất. Nó có nghĩa là đang trở thành — hết lần này đến lần khác. Không có hạn chót cho việc chữa lành. Không có mốc thời gian cho thành công. Không có sách hướng dẫn cho việc sống "đúng cách".

Khi con đọc những dòng này, mẹ muốn con biết một điều quan trọng: con chưa bao giờ phải kiếm lấy tình yêu của mẹ. Không phải khi đó. Không phải bây giờ. Không bao giờ. Dù con có theo đuổi mọi giấc mơ hay đổi hướng hàng trăm lần, dù con ở gần hay trôi xa, dù cuộc đời khiến con tự hào hay làm con mệt mỏi — tình yêu của mẹ chưa bao giờ có điều kiện.

Nếu mẹ không còn ở đây khi con đọc những dòng này, hãy để những lời này trở thành tiếng nói của mẹ. Hãy để chúng nhắc con rằng con đến từ một tình yêu đã cố gắng, ngay cả khi nó thất bại. Một tình yêu đã ở lại, ngay cả khi kiệt sức. Một tình yêu đã tin vào con, ngay cả khi nó nghi ngờ chính mình.

Và nếu mẹ vẫn còn ở đây, đang sống và thở đâu đó trong cuộc đời con, hãy biết rằng điều này vẫn luôn đúng: mẹ tự hào về con. Không phải vì những gì con đã đạt được, mà vì con là ai. Vì cách con cảm nhận sâu sắc. Vì cách con tiếp tục bước đi. Vì cách con yêu thương, ngay cả khi điều đó đầy rủi ro.

Khi con đọc những dòng này khi đã trưởng thành, mẹ mong con nhận ra con đã đi xa đến nhường nào. Mẹ mong con tha thứ cho chính mình vì những điều con đã không biết sớm hơn. Mẹ mong con nói với chính mình bằng sự tử tế. Và mẹ mong con không bao giờ quên điều này — không phải trong những ngày con mạnh mẽ nhất, và đặc biệt không phải trong những ngày con khó khăn nhất:

Con đã được yêu trước cả khi con hiểu thế nào là tình yêu. Con đang được yêu bây giờ, đúng như con là. Và con sẽ luôn được yêu — vượt qua thời gian, vượt qua lời nói, vượt qua sự hiện diện.

LUÔN QUAY VỀ VỚI CHÍNH MÌNH

Nếu có một sự thật duy nhất mẹ mong con mang theo hơn tất cả những điều khác, thì đó là điều này: dù cuộc đời đưa con đi đâu, dù con đi xa đến mức nào, dù con đã cho đi bao nhiêu cho người khác, hãy luôn quay về với chính mình.

Cuộc sống sẽ kéo con đi theo hàng ngàn hướng. Con người sẽ đòi hỏi thời gian, năng lượng, và trái tim của con. Trách nhiệm sẽ chồng chất, và thế giới sẽ cố thuyết phục con rằng giá trị của con được đo bằng mức độ con hy sinh. Nhưng trách nhiệm đầu tiên và bền vững nhất của con là với chính mình — với tinh thần, cơ thể, trái tim, và tâm hồn của con.

Quay về với chính mình có nghĩa là tôn trọng cảm xúc của con, ngay cả khi chúng lộn xộn hay bất tiện. Nó có nghĩa là cho phép bản thân được nghỉ ngơi, được chữa lành, được nói ra sự thật của mình, và được bảo vệ sự bình yên của mình. Nó có nghĩa là đặt ra ranh giới bằng tình yêu, không phải bằng nỗi sợ; bằng sự chăm sóc, không phải bằng cảm giác tội lỗi. Nó có nghĩa là đối xử với bản thân như người quan trọng nhất trong cuộc đời mình — không phải một cách ích kỷ, mà một cách có chủ đích, khôn ngoan, và can đảm.

Cuộc đời sẽ thử thách con. Con sẽ đối mặt với tan vỡ, phản bội, kiệt sức, và đau buồn. Mái nhà không chỉ là những bức tường hay căn phòng — đó là tình yêu đã định hình con. Mẹ mang tình yêu của bà ngoại trong mình, và nó thì thầm rằng ngay cả khi mọi thứ thay đổi, mẹ vẫn không bao giờ thực sự đơn độc. Con sẽ gặp những khoảnh khắc mà việc cho đi tất cả cho người khác dường như là cần thiết, khi việc đặt nhu cầu của mình sang một bên có vẻ như là điều đúng đắn. Nhưng hãy nhớ: khi con đánh mất chính mình trong việc phục vụ người khác, con đánh mất mái nhà bên trong mình. Sự hiện diện của con, sự rõ ràng của con, niềm vui của con — đó là những món quà cần được nuôi dưỡng trước tiên.

Quay về với chính mình cũng có nghĩa là nhớ đến giá trị của con, ngay cả khi thế giới quên mất. Nó có nghĩa là ghi nhận những thành tựu của con, tôn vinh sự kiên cường của con, và tin vào sức mạnh của con. Nó có nghĩa là lắng nghe tiếng nói bên trong, tin vào bản năng của mình, và bước đi trên con đường của con với sự tự tin, ngay cả khi không ai khác hiểu.

Mẹ mong con xây dựng một cuộc đời luôn gọi con quay về với chính mình mỗi ngày. Một cuộc đời nơi con có thể dừng lại, hít thở, và nhớ mình là ai. Một cuộc đời nơi con biết rằng dù con đi xa đến đâu, con cũng không bao giờ thực sự lạc lối miễn là con quay về với trái tim của chính mình.

Con sẽ vấp ngã. Con sẽ mệt mỏi. Con sẽ cảm thấy choáng ngợp. Và điều đó là ổn. Quay về với chính mình không có nghĩa là hoàn hảo hay luôn luôn rõ ràng — nó có nghĩa là trở về, hết lần này đến lần khác, với phần con người trọn vẹn, khôn ngoan, và có khả năng yêu thương bên trong con.

Hãy luôn quay về với chính mình sau tan vỡ.

Sau thất vọng.

Sau kiệt sức.

Sau sợ hãi.

Sau hỗn loạn.

Sau mất mát.

Sau thành công.

Sau niềm vui.

Sau tất cả mọi điều.

Bởi vì khi con quay về với chính mình, con nhớ ra điều gì là thật. Con nhớ ra sức mạnh của con, lòng can đảm của con, sự mềm mại của con, và tình yêu của con. Con nhớ rằng con là đủ đầy, đúng như con vốn là.

Dù cuộc đời dẫn con đến đâu, dù ai ở lại hay rời đi, dù thế giới đòi hỏi con điều gì, con luôn có một mái nhà bên trong mình. Và mái nhà ấy là của con mãi mãi.

Vì vậy, tình yêu của mẹ, hãy bước đi táo bạo vào thế giới, mang theo trái tim rộng mở, và luôn luôn, luôn luôn quay về với chính mình.

Đó là tình yêu chân thật nhất con sẽ từng biết.

Đó là nơi an toàn nhất con sẽ từng tìm thấy.

Đó là nơi con thuộc về — mãi mãi.

www.ingramcontent.com/pod-product-compliance
Lightning Source LLC
LaVergne TN
LVHW052139041026
849558LV00042B/551
* 9 7 8 1 7 6 4 4 7 7 1 0 9 *